சிறுகதைகள்

ரியா மூர்த்தி

முன்னுரை

அன்புள்ளங்களுக்கு வணக்கம்,

நான் ரியா மூர்த்தி. இதுவரை இருபதுக்கும் அதிகமான நாவல்-கள் எழுதி இருக்கிறேன். அவ்வப்போது கவிதைகள் புனைவதும் உண்டு...

நான் எழுதும் கதைகள் எவரும் தொடாத கதைக்களமாக இருக்க வேண்டும் என எப்போதும் நினைப்பதுண்டு. அந்த நினைப்-பினாலேயே, சில கதைகள் காலங்கள் கடந்த பின்பும் ரசிகர்களால் கொண்டாடப்படுகின்றது.

காதல், குடும்பம், திகில், குற்றம், நகைச்சுவை, கிரிக்கெட், மாற்-றுத்திறனாளி, அறிவியல், தொழில்நுட்பம், திருட்டு, காலப்பயணம், மந்திரம், ஏலியன் என்று எல்லா வகையான கதைக் களங்களையும் முயற்சி செய்திருக்கின்றேன்.

2020 புதினம் போட்டியில் நான் எழுதிய, 'ஆடுகளம்' கதை முதல் பரிசை வென்றது. அதன்பிறகு, பிரதிலிபியிலும் பிற தளங்க-ளிலும் கதை, கவிதை பிரிவில் பல்வேறு பரிசுகள் கிடைத்திருக்கின்-றது.

2022 மார்ச் மாதம் பெண்கள் தினத்தை முன்னிட்டு, நான் பிறந்த ஸ்ரீவில்லிபுத்தூரில் 'ஆளுமை பெண்மணி விருது' கிடைத்தது.

'டிராவல்ல ஒரு காதல்...' எனும் திரைப்படத்திற்கு திரைக்கதை எழுதியிருக்கிறேன்.

இன்னும் நிறைய புதினங்கள் படைக்கவே அவா. உடனிருந்து உற்சாகப்படுத்தும் அனைத்து வாசகர்களுக்கும் என் எழுத்துக்கள் சமர்ப்பணம்.

யதார்த்த நிகழ்வுகளையும், சிற்சில புனைவுகளையும் கொண்டு உருவாக்கப்பட்ட சிறுகதைகளின் தொகுப்பு இது.

விறுவிறுப்பாய்த் தொடங்கிடும் கதைக்களமும், அதன் மத்தியில் உருவாகும் நெகிழ்ச்சியும், எதிர்பாராமல் வரும் திருப்பங்களும், முடி-வுவரை உடன் பயணிக்கும் வாசகர்களை கதையில் ஒரு பாகமாய் உணரவைக்கும்.

தொடர்புக்கு rheamoorthy6@gmail.com

நன்றி

1

அந்தி மழை பொழிகிறது....

பொருள் - 'அந்திமாலை மழை பொழிகிறது'

விண்ணுலகின் கெடுபிடி பிடிக்காமல் கீழிறங்கி வரத் தவிக்கும் குழந்தையாய், அதிகாலை முதலே அவ்வப்போது அழுது கரைந்தது மேகக் கூட்டம்.

செம்மஞ்சளும், சிற்சில பறவைகளும் வானத்து வீதிதனில் ஆதிக்கம் செலுத்தத் துவங்கிய அந்தி மாலை நேரமானதும் அதன் அழுகை ஒப்பாரியாகிப்போனது.

சிலுசிலுவென தென்றல் வீச, சிறு துளியாய் மேகம் தாண்டி மண்ணைத் தீண்-டியது அந்திமழை. அதன் வரவை அறிந்த அத்தனை நகர வாசிகளும், சிறகில்லா பறவை போல் ஆளுக்கொரு மூலைக்கு பறந்து மறைந்தனர்.

பார்த்ததும் சிதறி ஓடும் சிலபேர், பகற் பொழுதின் வெம்மை வெறுத்த சிலபேர், பசியோடு பால்கனியில் உலவும் சிலபேரென ஏகப்பட்ட வாசகர்கள் இந்த மழைக்-குண்டு.

அவர்கள் அத்தனை பேரையும் அமைதிப் படுத்தும் நோக்கில், பேரிரைச்ச-லோடு வானம் பிளந்தது. கொட்டும் குற்றால அருவியாய், குதித்திறங்கியது மேகத்-தின் குழந்தை.

திருவிழா நேரத்து ரத வீதியாய் ஜன நெரிசலால் நிறைந்து கிடந்த வீதி, இப்-போது சற்று இளைப்பாறியதோ?! ஆம்! என பறைசாற்றும் விதமாக பூமித்தாய் விடும் பலமான மூச்சுக்காற்று, மண் வாசனையாய் அப்பகுதி முழுவதும் வியாபித்-தது.

மழைக்கு அஞ்சி அடைந்து கிடக்கும் மனிதத் தலைகளுள் ஒன்றாய், சீதாவும் நின்றிருந்தாள்...

அடிக்கொரு முறை மணியைப் பார்க்கும் அநேக மானுடர்களுள் அவளும் ஒருத்தி. அவள் ஆசையை நிராசையாக்கவே அடித்துப் பொழிந்தது அந்திமழை.

அரண் போல அகன்று விரிந்திருந்த அந்த இடத்திற்கு, மழையோடு போராடும் ஆட்கள் வருவதும் போவதுமாய் இருந்தார்கள். மழை இரைச்சலின் தாக்கத்தால், மௌனமாய் அழுது கரைந்தது அவளின் செல்ஃபோன்.

அவளருகிலிருந்த புண்ணியவான், "மேடம், உங்க போன் அடிக்குதுனு நினைக்கிறேன். லைட் வெளிச்சம் தெரிஞ்சது" என்றான்.

யோசனையோடு செல்ஃபோனை வெளியே எடுத்தாள், அவள் கணவன் நிமலன்தான் ஐந்தாறு முறை அழைத்திருந்தான்.

அவள் பதில் அழைப்பு விடுத்த அடுத்த கணம் தெறித்து வந்தது, "எங்க போன?" எனும் பதற்றமான குரல்.

"காய்கறி வாங்க மார்கெட்டுக்கு வந்தேன், மழை பிடிச்சுக்கிச்சு. சாந்தி ஹோட்டலுக்கு முன்னால நிக்கிறேன், வண்டிய எடுத்துட்டு வர்றீங்களா?"

"வர்றேன், அங்கேயே பத்திரமா இரு. கூட ஆளுங்க இருக்காங்களா? தனியா இருக்கியா?..."

"இருக்காங்க, நீங்க பொறுமையா கார ஓட்டிட்டு வாங்க."

"ம்..." என்பதோடு இருவரின் பேச்சுவார்த்தை முடிந்து விட்டது.

'இனி கவலை இல்லை! என் கணவன் கண்டிப்பாக என்னைத் தேடி வந்துவி-டுவான்' எனும் நிம்மதி அவளது ஆழ்மனம் வரை சென்று நிறைந்தது.

அனிச்சையாய் தன் புறக் காரணிகளை வேடிக்கை பார்க்கலானாள் சீதா.

அப்போது ஒரு பெண், தன் நான்கு வயதுக் குழந்தையைத் தூக்கிக்கொண்டு அந்த இடத்திற்கு ஓடி வந்தாள். அடுத்த சில நொடிகளுக்கு, சீதாவால் அந்தப் பெண் மேலிருந்த பார்வையை பிற திசையில் நகர்த்தவே முடியவில்லை.

காரணம், அந்தப்பெண் அச்சு அசலாக அவள் அம்மாவின் ஜாடை...

இதே போலத்தான் சீதாவின் அம்மாவும் மழைக்கும் மகளுக்கும் நடுவில் எப்-போதும் மல்லுக்கட்டுவார். தான் தெப்பமாய் நனைந்தாலும், துளி மழையும் தன் பிள்ளையைத் தீண்டக்கூடாது என்பதில் அத்தனை வைராக்கியம் அவருக்கு.

ஆனால் சீதாவோ மழையைப் பார்த்ததும் மயிலாகிடுவாள். நினைத்த பொழு-தெல்லாம் நிலத்தை முத்தமிடும் மழை, பச்சை பசுமையை பாதையாய் பெற்ற பூமி, இயற்கையும் இறைவனும் ஒருங்கே உட்கார்ந்திருக்கும் ஓர் உன்னத ஊர் பாபநா-சம்.

அதுதான் அவள் பிறந்த ஊர்...அம்மாவை ஏமாற்றிவிட்டு அவ்வப்போது மழையில் ஆட்டம்போட்டு சுற்றுபவளை, அந்த ஒரு நாள் காலில் விலங்கு மாட்-டிவிட்டு அழகு பார்த்தது.

"பெரிய பொண்ணாகிட்ட, முன்னைப்போல ஆடவோ ஓடவோ கூடாது. முக்-
கியமா மழையில நனையக்கூடாது, ஊருக்குள்ள கொள்ளிக் கண்ணு கோடிக்-
கணக்குல குமிஞ்சு கெடக்கு" என்று நாள்தோறும் சுப்ரபாதம் போல பாடித் தீர்த்-
தாள் சீதாவின் அம்மா.

அத்தனை கெடுபிடிக்கு பிறகெங்கே மழையைத் தீண்டுவது? ஆசையாய் தூரத்-
திலிருந்து வேடிக்கை பார்ப்பதோடு, அவள் எல்லை முடிந்துவிடும்.

'நீ விட்டாலும், நான் விட மாட்டேன்...' என்றுரைப்பது போல, அடிக்கடி
மழை அவள் பள்ளிக்குப் போகையிலும் வரையிலும் அவள் பொறுமையை
சோதிக்கும்.

ஆனாலும் இறுதியில், அம்மா மீது அவளுக்கிருக்கும் அச்சம் தான் வெற்றி
பெறும். கண்மூடி திறப்பதற்குள் நாட்களும் மாதங்களும் நகர்ந்து போய்விட, கல்-
லூரி காலத்திற்குள் நுழைந்தாள் சீதா.

சென்னைக்கு திருமணமாகிச் சென்ற பக்கத்துவீட்டு அக்காவுக்கு வெகு விமர்-
சையாக வளைகாப்பு நடந்தது. அவளுக்கு பேச்சுத் துணை இல்லாத காரணத்தால்,
அவ்வப்போது சீதாவை பிடித்துக் கொள்வாள்.

அப்படி ஒரு நாள் இருவரும் பேசிக்கொண்டிருக்கையில், யதேட்சையாய் சில
புகைப்படங்கள் சீதாவின் கண்ணில் பட்டது. மொட்டை மாடியில் அவளும் அவள்
கணவனும் மழையில் நனைவது போல அந்த போட்டோக்கள் இருந்தது.

அதைப் பார்த்த சீதாவோ காணாததைக் கண்டது போல், "கட்டுனா சென்னை
பையனத்தான் கட்டுவேன்" எனும் விதிமுறையை விதித்து விட்டாள்.

நம் ஊரில் சென்னை மாப்பிள்ளைக்கா பஞ்சம்? அவள் கல்லூரிப் படிப்பு
முடிய மூன்று மாதங்கள் இருக்கையிலேயே திருமணம் முடிந்து விட்டது.

அவசரப்பட்டு விட்டோமோ?! என்று காலம் கடந்த பின் கவலைப்பட்டாள்
பேதைப் பெண். அவள் கணவன் நிமலன் நிதானமானவன், நியாயவானும் கூட...

"ஒன்னும் பிரச்சினை இல்ல, ஒழுங்கா அம்மா வீட்டுல இருந்து டிகிரி படிச்சு
முடி. அதுவரைக்கும் அப்பப்ப நான் வந்து பார்த்துட்டு போறேன், ஃபைனல் எக்-
ஸாம் முடிஞ்சதும் சென்னை போவோம்" என்றான்.

அக்கம்பக்கத்து அக்காக்களின் புகுந்த வீட்டுப் புலம்பல்களும், ஆதிகாலம்
தொட்டு தொலைக்காட்சிகள் காட்டும் ஆணாதிக்க சமூகமும், அவன் சொன்ன
அந்த ஒற்றை வார்த்தையில் பொய்த்துப் போனது.

மூன்று மாதங்கள் கரைந்தோட, மே மாதம் சென்னைக்குக் குடி பெயர்ந்தாள்
சீதா. அவள் கொண்ட அற்ப ஆசையை அழகாய் அலைக்கழித்தது ஆட்டம்
காட்டியது அக்கினி வெயில்.

"மழைக்காலம் வரட்டும், பார்த்துக் கொள்கிறேன்..." எனும் வீராவேசத்தோடு
வடகிழக்கு பருவ மழைக்காக ஆசையாசையாய் காத்திருந்தவளை, பவித்ரா முந்-

திக் கொண்டாள்.

தள்ளிப் போன நாட்களை தாங்கிப் பிடிப்பதிலேயே அவள் தேகம் தேய்ந்து போனது. நிலவரம் புரியாமல், குமட்டலுக்கு எலுமிச்சையும், வாய்க் கசப்புக்கு மாங்காயுமென வகைவகையாய் வாங்கிப் போட்டான் நிமலன். அவனுக்கும் பாவம் இது முதல் அனுபவமாயிற்றே!

விஷயம் தெரிந்ததும் அடித்துப் பிடித்து ஓடி வந்தனர் அவளின் அம்மாவும் அத்தையும். அவர்கள் மாறி மாறி பண்டுவம் பார்த்ததன் பலனாய் பகல் நிலவாய் ஜனித்தாள் பவித்ரா. பேறு காலம் முடிவதற்குள் மீண்டும் இங்கே அக்கினி வெயில்...

ஈரைந்து மாதம் தவமிருந்து ஈன்றெடுத்த குழந்தைக்காக உண்டு, உறங்கி, உழைத்து நாட்களை நகர்த்திய சீதாவுக்கு மழைக் காதலனின் நினைவே வரவில்லை.

மகள் பெரியவளானதும், அம்மாவின் அச்சுப் பிரதியாய் மகளை ஒவ்வொரு விஷயத்திலும் விரட்டினாள் சீதாவும். அவளின் சிற்றறிவுக்கு அன்றைக்கு தவறாய் பட்டது, இன்று சரியாய் படுவது இயற்கையின் நியதியன்றோ?!

இல்லற வாழ்வில் இரண்டெனக் கலந்து வாழ்ந்து வந்தவளுக்கு, வருடங்கள் கடந்து போனதே தெரியவில்லை. பவித்ராவின் தயவால் வெகு விரைவிலேயே பேத்தியும் பிறந்துவிட்டது. இன்று பவித்ரா தன் குடும்பத்தோடு சந்தோஷமாய் சிங்-கப்பூரில் செட்டிலாகிவிட்டாள்.

"விட்டா இருட்டிடும், அதுக்கப்புறம் பள்ளம் மேடு தெரியாது. வேகமா போவோம் வா..." என்றுரைத்தபடி இரண்டு ஆண்கள் கூட்டத்தில் இருந்து வெளி-யேறி சென்றார்கள்.

இவ்வளவு நாட்களாக வாழ்க்கை எனும் நதியில், இழுத்துச் செல்லப்படும் இலையாய் தன் நாட்களை நகர்த்திக் கொண்டிருந்த சீதாவுக்கு இன்றுதான் ஞானம் பிறந்தது.

'அம்மாவுக்காக, கணவனுக்காக, குழந்தைக்காக என்று எண்ணியே வாழ்ந்தா-யிற்று. எனக்குப் பிடித்த மழையில் எப்போதுதான் நனைவேன்?...' எனும் கேள்வி சிறு துளியாய் துவங்கி, பெருமழையானது அவள் மனதில்.

அடித்துப் பொழிந்த மழை, அலுவலக வாசிகளின் அத்தியாவசிய வேலைக-ளைக் கருத்தில் கொண்டு, தன் வேகத்தை அளவாய் சுருக்கிக் கொண்டது. சீதா-வுக்கு அருகிலிருந்த அத்தனை பேரும் ஆளுக்கு ஒரு திசையில் பிரிந்து ஓடி-னார்கள்.

அவள் ஓடவில்லை... பொறுமையாய் மழைக்கு நேராக வந்து நின்றாள். வரு-டக்கணக்கில் பிரிந்த தன் காதலியை, வருணபகவான் காதலோடு கட்டிப்பிடித்தான். அங்குல அங்குலமாய் அவள் தேகம் நீரில் நனைந்தது...

தலைவனுக்கு சொந்தமான தன் தேகத்தின் வளைவு நெளிவுகளை, பிறர் பார்த்து விடுவார்கள் எனும் பயம் இல்லை...

என்னால் என் பிள்ளைகளுக்கு காய்ச்சல் தொற்றிக் கொள்ளும் எனும் அச்-சமில்லை...

மூன்று நாட்கள் முடியாமல் படுத்தால், உடனிருந்து உதவி செய்ய ஆள் இல்லை எனும் உதறல் இல்லை...

கரம் விரித்து நிற்கும் மரமானாள் அவளும்...

"ஏய்! என்ன பண்ற?" எனும் அதட்டல் நிமலனிடமிருந்து.

கண் திறந்து பார்த்தாள், காரைக் கொண்டு வந்து அவளருகில் நிறுத்தி வைத்-திருந்தார்.

"வந்திடுவேன்னு சொன்னேன்ல? அறிவில்லையா? காய்ச்சல் தலைவலி வந்தா என்ன பண்ணுவ?" என்று அவர் போக்கில் அக்கறையோடு அர்ச்சிக்க,

"இன்னிக்கி ஒரு நாள் மட்டும் ஆசை தீர நனைய விடுங்களேன். இப்பவும் நனையலனா, இனி எப்ப நனைவேன்?" என்றாள் சீதா.

வாழ்வின் கடைசி அத்தியாயத்தில் இருவரும் நின்று கொண்டிருப்பதை, அவள் குறிப்பால் உணர்த்துவதை உணர்ந்து கொண்டார் நிமலன். காரை ஹோட்-டலின் பார்க்கிங் பக்கம் நிறுத்திவிட்டு ஹோட்டலுக்குள் போனவர், சீதாவை பார்க்கும்படியான ஒரு இருக்கையை தேர்வு செய்து உட்கார்ந்தார்.

அவரின் அக்கறை அப்போதிருந்து இப்போது வரை துளியும் மாறாதிருப்பது கண்டு, அவர் மனைவிக்கு மனம் மயங்கியது. ஆனபோதும் காதலனைக் கைவிட மனம் வரவில்லை. பதில் காதலை காட்டும் பொருட்டு பலத்த இடி சத்தத்தோடு மழை பொழிந்தது.

திரும்ப மழையின் வேகம் குறைவதற்கும், நிமலன் தேநீர் அருந்தி முடிப்-பதற்கும் சரியாக இருக்க, 'வாங்க, வீட்டுக்கு போகலாம்...' என்று சைகையால் அழைத்தாள் சீதா.

சின்ன சிரிப்போடு எழுந்து வந்தவர் முகத்தில், என்றைக்கும் இல்லாத அளவுக்கு இன்று காதல் நிறைந்து வழிந்தது.

"நல்ல மழை, நீங்களும் நனைஞ்சிருக்கலாம்..."

தயாராக வைத்திருந்த பூந்துவாலையை காரிலிருந்து எடுத்துக் கொடுத்த நிம-லன், "இந்ததடவை நீ முந்திக்கிட்ட, அடுத்ததடவை நான் முந்திக்குவேன். நீ இதே போல உட்கார்ந்து காவல் காக்கணும்..." என்றார் கவிழ்ந்து கிடக்கும் வானத்தைப் பார்த்துக் கொண்டே.

அவர் மனதிலும் மழைக் காதலி உண்டென புரிந்துகொண்ட சீதா, அன்போடு அவர் விரல் பற்றினாள்.

ஐம்பது வருடங்களாய் பிறருக்காக, உலகுக்காக என தங்களின் ஆசையைத் துறந்து வாழ்ந்த அவ்விரு ஜீவன்களும், இந்த நொடி முதல் தங்களின் சின்ன சின்ன ஆசைகளை தீர்த்துக்கொள்ளும் எண்ணத்திற்கு வந்திருந்தனர்.

'வாழ்க்கை வாழத்தான்' எனும் அரிய தத்துவத்தை அவர்களுக்கு அறிவுறுத்-திய பின், வந்த வேலை முடிந்ததெனக் கருதி அன்போடு அவர்களிடமிருந்து விடைபெற்றது 'அந்திமழை'...

2

அசடர் அறிவோமா?

பொருள் - 'மூடர் அறிவோமா'

சென்னையின் மத்தியில் இடம் பிடித்திருந்த திருமண மண்டபம் ஒன்று, இரவு நேர வரவேற்பு விழாவினால் களை கட்டிக் கொண்டிருந்தது.

ஒவ்வொரு அரை மணி நேரத்திற்கும் வானவேடிக்கை நிகழ, பெரும் பணத்தை வாரி இறைத்து இருக்கிறார்கள், என்பதை மண்டபத்தை விட்டு சற்று தூரம் தள்ளி இருக்கும் வெளியாட்கள் வரை உணர முடிந்தது.

மண்டபத்தினுள் வருவோரும் போவோரும் நவீன வகையறா கார்களோடு பவனி வர, அந்தக் கூட்டத்திற்கு சிறிதும் ஒட்டாத தோரணையில் ஒருவன் உள்ளே நுழைந்தான்.

'டப் டப்...' எனும் ஒலியை உருவாக்கிய அவன் பாதுகைகள் பார்க்கிங் பகு-தியைக் கடந்து, பிரம்மாண்ட கட்டிடத்தினுள் தடம் பதித்தது. மலர் மணத்தை விட, பணத்தின் மணமே அந்த அரங்கை அதிகம் நிறைத்திருந்தது.

படிக்கட்டை ஒட்டினார் போல் நின்றிருந்த இரண்டு ரோபோக்கள், மற்ற விருந்-தினர்களைப் போலவே பிருத்வியையும் பன்னீர் தெளித்து வரவேற்றது.

'நல்லவேளை மனுஷங்க இல்லை, இருந்திருந்தா இந்நேரம் நம்மளை அடிச்சு துரத்தி இருப்பாங்க' என்று பிருத்வியின் மனசாட்சியே அவன் மானத்தை கப்ப-லேற்றி அழகு பார்க்க, அதை அடக்கிவிட்டு நிமிர்ந்த வாக்கில் நடந்தான்.

மேய்ப்பனற்ற ஆடுகளாய், மேடையைச் சுற்றி மனிதர்கள்...

'பார்வ கற்பூர தீபமா, ஸ்ரீ வள்ளி...

பேச்சே கல்யாணி ராகமா?!?!'

சித் ஸ்ரீராம் செல்போன் அழைப்பொலி வாயிலாக தொண்டை கிழிய கத்திய-தும், பிருத்வி வேகமாய் அழைப்பை எடுத்தான்.

அவனது நெருங்கிய நண்பன் சுதீப், "டேய், எங்கடா இருக்க?" என்றான்.

"மண்டபத்துக்குள்ள வந்துட்டேன் மச்சான், நீங்க எங்க இருக்கீங்க?" என்றான் இவனும்.

"மண்டபத்துக்கு பின்னால சாப்பிடுற இடத்துல இருக்கோம், இங்க வா..."

அந்த வார்த்தையால் மனதிற்குள் மகிழ்ந்த பிரித்வி, "இதோ வர்றேன்..." என்று உற்சாக பதில் சொல்லிவிட்டு, எட்டி நடையைப் போட்டான்.

நவீன வகை மண்டபமாதலால் சாப்பாடு திறந்த புல்வெளிதனில், பஃபெட் முறையில் ஏற்பாடு செய்யப்பட்டிருந்தது. அங்கு ஆங்காங்கு மட்டுமே ஆட்கள் இருக்க, அதில் தன் கூட்டத்தை கண்டுபிடிப்பது அவ்வளவு சிரமமாக இல்லை பிரித்விக்கு.

ஆழிக்குமிழியாய் அவனை அப்படியே தனக்குள் இழுத்துக் கொண்டது அந்த கூட்டம்.

ஆண்பிள்ளைகள் கூட்டு சேர்ந்துவிட்டால் அங்கே அரட்டைக்கு பஞ்சமேது? ஒவ்வொரு நொடிக்கும் ஒரு முறை சிரித்து மாய்ந்தனர்.

"டேய், பரிசு கொடுக்க ஆரம்பிச்சுட்டாங்க, வாங்கடா" என்றொருவன் குரல் கொடுக்க, பேச்சுவார்த்தையை அதோடு முடித்து விட்டு மேடை நோக்கி கிளம்பி- யது நம்கூட்டம்.

அங்கே, உறவுக்குடும்பம் எனும் பெயரோடு மேடை ஏறிய எட்டுபேரை, மண மக்களோடு சேர்த்து போட்டோ பிடிக்க வெகு சிரமப்பட்டுக் கொண்டிருந்தார் கேம- ராமேன்.

'இவர்களோ பனிரெண்டு பேர், இதில் நாமும் ஏன் பதிமூன்றாம் வேதாளமாய் தொங்கிக் கொண்டு நிற்க வேண்டும்?' என்றெண்ணிய பிரித்வி,

"சுதீப், நான் போட்டோ எடுக்க வரலை. வெளியில இருக்கேன், நீங்க முடிச்- சிட்டு வாங்க..." என்றான்.

அவனைப் போலவே மற்றவர்களும், இந்த பிரச்சனையைப் பற்றி யோசித்தி- ருக்க வேண்டும் போலும். எந்தவித வற்புறுத்தலும் இல்லாமல் தலையாட்டி சம்ம- தித்துவிட்டனர்.

வெற்றிலையாய் இதழ் விரித்துச் சிரித்தவன், அது கருகும் முன் அவ்விடம் விட்டு நகர்ந்தான்.

வெளியே வந்த பிரித்விக்கு அவ்வளவு நேரம் அடக்கிவைத்திருந்த பசி உணர்வு, ஆங்காரத்தோடு தன் விஸ்வரூபத்தை காட்டத் தொடங்கியது.

'பொறுத்தது போதும், புசித்துவிடலாம்...' எனும் முடிவோடு, உணவுப் பதார்த்- தங்களை அடுக்கி வைத்திருக்கும் இடத்திற்குப் போனான்.

வெள்ளை நிற பீங்கான் தட்டு, அவனைப்போலவே சந்தோஷமாய் பல்லைக்- காட்டி சிரித்தது. செரிமானத்திற்கென முதலாவதாய் அடுக்கி வைக்கப்பட்டிருந்த பழத்துண்டுகளையும், பச்சைக் காய்கறிகளையும் கடைக் கண்ணாலும் காண-

வில்லை அவன்.

சுடச்சுட பொரித்தெடுக்கப்பட்ட பூரியையும், சன்னா மசாலாவையும் தட்டில் வைத்துக்கொண்டு, காலிஃப்ளவர் நோக்கி கரம் நீட்டினான்.

"ஸ்ஆ... சார்... அறிவில்ல..." என்று தேனினும் இனிய பெண் குரல், அவன் பின்னால்.

'யார திட்டுறாங்க?' என்று யோசித்தபடியே திரும்பினான்.

அப்சரஸ் போன்ற அழகு தேவதை, அவனைத்தான் வைத்த கண் வாங்காமல் முறைத்துக் கொண்டு நின்றது.

'ப்பா... என்னா அழகு?' என்று சந்தர்ப்ப சூழ்நிலை தெரியாமல் அவன் மனம் அந்த தேவதைப் பெண்ணை பாராட்டிற்று.

"கால எடுங்க..." என்றவள் திட்டிய பிறகுதான், துரைக்கு இவ்வளவு நேரம் தன் பாதங்களுக்குக் கீழ் அவள் துப்பட்டா சிக்கி கொண்டிருப்பதே தெரிந்தது.

"ஐயோ, சாரிப்பா... சீ, சாரிங்க..." என்று பதறிச் சிதறுபவனைப் பார்த்து, பாவையின் மனதிற்குள் பாவ உணர்வு தோன்றிவிட்டது போலும்.

அவனை ஏற இறங்க பார்த்தபடி, "பார்த்து நடங்க சார்" என்றவள் அதற்கு- மேல் பேச்சுவார்த்தையை வளர்க்காமல் அங்கிருந்து அகன்றுவிட்டாள்.

அத்தோடு அவனை மறந்தும் விட்டாள்....

பிரித்விக்குதான் அடுத்த சில நிமிடங்களுக்கு அவளைவிட்டு கண்களை, அகற்றவே வெகு சிரமமாகிப்போனது. கையும் வாயும் அது போக்கில் தன் வேலையை செய்வது போல, கண்களும் அவன் கட்டுப்பாட்டை மீறி அடிக்கடி அவளைப் பார்த்துவிட்டு வந்தது.

அந்த தேவதைப் பெண், குருவி கூட்டத்து குழந்தை போலும்....

பேருக்கு கொஞ்சமாய் கொறித்துவிட்டு, சாப்பிட்டு முடித்ததன் அடையாளமாய் டிஸ்யூ பேப்பரால் தன் ரோஜா வண்ண இதழ்களை மென்மையாய் ஒற்றினாள்.

'அவ்வளோதானா? முடிஞ்சதா?' எனும் வருத்தம் இவனுக்குள்....

கடுகின் துளை வழியே காட்டாற்றை கடத்தும் காதல், அவனுக்குள்ளும் தன் ஆதிக்கத்தை ஆரம்பித்திருந்தது.

ஐஸ்கிரீம் இருக்கும் பக்கம் அவள் அன்ன நடை நடந்து போக, கையை கூட துடைக்க மறந்து அவள் பின்னால் போய் நின்றான் பிரித்வி.

சின்ன சிரிப்புடன், "பட்டர் ஸ்காட்ச் ஃப்ளேவர்..." என்றவள், தனக்கானதை வாங்கிக் கொண்டு நகர,

நிச்சலனத்தை உடைக்கும் வீரியக் குரலில், "எனக்கும் ஒரு பட்டர் ஸ்காட்ச் கொடுங்க" என்றான் இவனும்.

வெடுக்கென திரும்பியவள், அவன் முகத்தில் ஒரு நொடி தன் பார்வையை ஊன்றி நிறுத்தினாள். மேற்கொண்டு ஒரு வார்த்தை பேசாமல் தலை தாழ்த்திக்

கொண்டான் அவன்.

பெண்ணவள் தன்னை முறைப்பது, பிள்ளைக்கு பெருந்துயர் போலும்...

"தனியாவா வந்திருக்கீங்க?"

அவள் குரல்தான்...

தேவதை தன்னிடம் பேசுகிறாள் என்று தெரிந்ததும், அவன் முகத்தில் தவுசன் வாட்ஸ் பல்ப் எரியத் துவங்கியது.

"ப்ரெண்ட்ஸோட வந்தேன்" என்றான் பெருமையாய்.

"யாரையும் காணும்?"

"கிஃப்ட் கொடுக்க உள்ள போயிருக்காங்க..."

"நீங்க போகலையா?"

"இல்லீங்க, ஆக்சுவலா இந்த கல்யாணத்துக்கும் எனக்கும் எந்த சம்பந்தமும் இல்ல. மாப்பிள்ளை என் ப்ரெண்டு சுதீப்க்கு முன்னாள் ப்ரெண்டு. அவன் சும்மா கம்பெனிக்கு வாடானு என்னை வற்புறுத்தி கூப்பிட்டான். நானும் வந்துட்டேன்..." என்று கூறிவிட்டு தோள்களைக் குலுக்கினான்.

கடலை விழுங்கிவிட்டு கவிழ்ந்து கிடக்கும் மலைப் பாம்பாய், அவன் வார்த்-தைகளின் பின்புலம் நீண்டு கிடந்தது...

"நானும் உங்கள மாதிரிதான், இந்த கல்யாணத்துக்கும் எனக்கும் எந்த சம்பந்-தமும் கிடையாது. பொண்ணு என் அக்காவோட க்ளோஸ் ப்ரெண்ட், அவ இப்போ வெளிநாட்டுல இருக்கா. இங்க வர முடியாத சூழ்நிலை, அதனால அவளுக்கு பதிலா நான் வந்திருக்கேன்."

சலசலக்காத ஆற்றைப் போலிருந்தது அவள் பேசும் பாங்கு...

"கூல், உங்க அக்கா பேர் என்ன?"

"சந்தியா, ஏன் கேக்குறீங்க? அவள உங்களுக்கு தெரியுமா?"

இதழ் பிதுக்கிய பிருத்வி, "நேரடியா உங்க பேரை கேக்க சங்கடமாயிருந்தது. அதான் அக்காவிலிருந்து ஆரம்பிக்கலாமேனு..." என்றான் மன்மத சிரிப்போடு.

"ஓ... சாரி, நாம இன்னும் பேர் சொல்லிக்கவே இல்ல, ஐ ஏம் ஷ்ராவ்யா" என்றபடி நட்போடு கை நீட்டினாள்.

அப்போதுதான் பிரித்வி, அவள் சிரிப்போடு சேர்ந்து சிரித்திட்ட அவளின் கன்-னக்குழியினைக் கண்டான். உயிராழம் உணர்ந்ததைப் போல, உறைந்து நின்றது அந்த ஆண் மனம்.

"ஹலோ... நான் ரொம்ப நேரமா கைநீட்டிட்டு இருக்கேன்" எனும் அறிவு-றுத்தலுக்குப் பிறகு,

"ஹான்... நான்... பிரித்வி..."

ஏகப்பட்ட திணறலுக்கு பிறகு, ஒரு வழியாய் தன் பெயரைச் சொல்லி விட்-டான்.

செம்மஞ்சள் தூரிகை விரலாளை தீண்டி திரும்பியதால், அவன் வலக்கரத்-தினை வெம்மையும் குளுமையும் விட்டுவிட்டு அறைந்தது.

"வாங்க, உட்கார்ந்து பேசலாம்" என்றவள் அவன் பின்னால் வருகிறானா இல்-லையா என்பதைக் கூட காணாமல், அருகிலிருந்த டேபிளுக்குப் போய் அமர்ந்து கொண்டாள்.

ரெக்கை இல்லாமல் பறந்த பிரித்வி, அவள் பாதச்சுவடுதனை பற்றி நடந்தான்.

அன்னப் பறவையின் அலகு போலிருந்த குட்டி ஸ்பூனால், ஐஸ்கிரீமை எடுத்து தன் இதழுள் ஒளித்தாள். அது மெதுமெதுவாய் அவள் தொண்டைப் பகுதியை கடந்து கீழே இறங்குவது, பிரித்வியின் கண்களுக்கு தெளிவாய் தெரிந்தது.

பேரதிசயம் காணும் பிள்ளைபோல, இமைக்காமல் அவளைப் பார்த்துக் கொண்டிருந்தான் பிரித்வி.

"ம்... சாப்பிடுங்க, ஐஸ்கிரீம் உருகுது" என்றதும்தான் தன் கையில் ஐஸ்கிரீம் இருக்கும் ஞாபகமே அவனுக்கு வந்தது.

அவளைப் போலவே, அவனும் தன் கையில் இருந்த குட்டி ஸ்பூனால் கொஞ்-சமாய் ஐஸ்கிரீமை அள்ளி உள்ளே போட்டான். அது வழக்கத்தைக் காட்டிலும் இன்று ஏனோ அதீத தித்திப்பாய் திகட்டியது.

அவள் அவன் அருகில் இருப்பதால் இந்த மாறுதலா?! இருக்கலாம்...

அண்டவெளிகளுக்கு அப்பால் பறந்து கொண்டிருந்த அவன் மனதினை, "என்ன பண்றீங்க நீங்க?" எனும் அவள் கேள்வி, தரையில் தலை குப்புற தள்ளி விட்டது.

"நான்... நான் வந்து... நான் ஒரு..." என்று இழுத்தான்.

அவன் தடுமாற்றம் கண்டு மீண்டும் கன்னக்குழி தரிசனம் காட்டிய ஷராவ்யா, "புரியுது, புரியுது..." என்றாள்.

அவமானத்திற்கும் அன்பிற்கும் நடுவில் சிக்கிக் கொண்ட பிரித்வி, பின்னந் தலையைக் கோதி தன்னைத்தானே சமப்படுத்திக் கொண்டான்.

"எனக்கு ஒரு சின்ன உதவி, அந்த பேக்ரவுண்ட் ரொம்ப அழகா இருக்கு. ஆனா என்னால செல்ஃபி மட்டும் தான் எடுக்க முடியுது, எனக்கு ஒரு ஃபுல் கவரேஜ் ஃபோட்டோ வேணும். எடுத்து தர்றீங்களா?"

அவமானத்தை அந்த நொடியே தூக்கி எறிந்த பிரித்வி, "ஷ்யூர்..." என்றான் முகம் கொள்ளா புன்னகையோடு.

அவள் கேட்ட இடத்தில், கேட்ட விதத்தில் சிலபல ஃபோட்டோக்களை அவன் எடுத்துக்கொடுக்க, வந்த கடமை முடிந்ததென்ற தோரணைக்கு வந்துவிட்டது அவன் தேவதை.

"ஓகே, டைம் ஆச்சு, நான் கிளம்புறேன்..."

"எதுல போறீங்க?"

"அது…" என்று ஓர் நொடி யோசித்தவள், "கேப் புக் பண்ணி போறேன், நீங்-களும் வரப்போறீங்களா?" என்றாள்.

"இல்ல, வண்டி வர்ற வரைக்கும் துணைக்கு இருக்க நினைச்சேன்."

அவன் கண்கள் கெஞ்சிக் கொஞ்சுவது கண்டு இன்னொரு முறை கன்னக்குழி காட்டியவள், "சரி வாங்க…" என்று சம்மதம் தந்தாள்.

பிரித்விக்கு விண்ணில் எகிறி குதித்து, நிலவோடு ஒரு ஹைபை அடிக்க வேண்டும் போல் இருந்தது. ஆனாலும் நாகரிகம் கருதி ஆசையை அடக்கிக் கொண்டு அமைதியாய் நடந்தான்…

இருவரும் இரைச்சல் ததும்பும் மண்டபத்தினை விட்டு வெளியேறினார்கள். நான்கு கால் பாய்ச்சலில் ஓடும் வாகனங்களின் இன்னிசையை கேட்டபடியே மெதுவாய் நடந்தாள் அவள்.

'அவள் எங்கு போகிறாள்?…' என்றெல்லாம் யோசிக்க தோன்றவில்லை அவனுக்கு.

'இந்த நொடி என் இதயத்தினுக்கு இன்பம் வேண்டும்…' எனும் பேராவலோடு இணைந்து நடந்தான்.

தடதடக்கும் சப்தத்தோடு உருண்டு வந்த அரசுப் பேருந்து, தரையூரும் புழு-வாய் டயர் தேய்த்து நின்றது.

உலக சுற்றுச்சூழலுக்கு தன்னால் முடிந்த உபத்திரவமாய், கண்டபடி கருவண்ண புகையைக் கக்கிட, அதுவரை பாதம் நோகாது நடந்து கொண்டிருந்த பாதசாரிகள், பயந்தடித்து ஓடினார்கள்.

சிக்கிக் கொண்ட சிற்றெலியாய் பிரித்வியும் ஷ்ராவ்யாவும் முன்னும் பின்னும் முட்டிக்கொள்ள, இதற்குள் கரும்புகை காற்றெங்கிலும் கலந்துவிட்டது.

அதன் நெடி தாங்காது ஷ்ராவ்யா இருமிட, பிரித்வி அவசரமாய் தன் கர்சீப் எடுத்துக் கொடுத்தான். பேருந்தை விட்டு சில அடி தூரம் தள்ளிப் போன பிறகு-தான், அவளால் சகஜமாய் மூச்சுவிட முடிந்தது.

"ஆர் யூ ஓகே?"

"நெஞ்சு எரியுது…"

சாலையின் இருமருங்கிலும் பார்வையை ஓட்டிய பிரித்வி, "அங்க பாரு ஜூஸ் கடை, வா உனக்கொரு லெமன் ஜூஸ் வாங்கி தர்றேன்…" என்றான்.

தன் நெஞ்சுக்குள் தகிக்கும் தீயை தாங்க முடியாமல் தவித்தவளுக்கு, அவன் காட்டும் அக்கறைக்கு இணங்கி தலையாட்டத்தான் தோன்றியது.

அடுத்த இரண்டு நிமிடத்தில் அவள் கையில் லெமன் ஜூஸ் இருந்தது…

குடிக்காமல் கை மாற்றிக் கொண்டே இருந்தவளிடம், "ஏன் இன்னும் குடிக்கல? ரொம்ப குளிருதா?…" என்றான் பிரித்வி.

"இல்ல, உங்களுக்கு இன்னும் ஜூஸ் தரலையே, அதான் வெயிட் பண்றேன்."

"எனக்கு எதுவும் சொல்லல, உனக்கு மட்டும்தான் சொன்னேன்."

"ஏன்?"

அவள் காதருகே குனிந்துவந்த பிரித்வி, "எங்கிட்ட அவ்வளவுதான் காசு இருந்ததுமா" என்றான் ரகசியமாய்.

விலுக்கென தலையை நிமிர்த்தியவள், "எங்கிட்ட சொல்லி இருக்கலாம்ல?" என்றாள் சற்றே கோபமாய்.

"சொல்லி இருக்கலாம்... ஏன், என் ப்ரெண்டுட்ட சொல்லி ஜிபே மூலமா பணம் கட்டச்சொல்லி ரெண்டு ஜூஸ் வாங்கி இருக்கலாம். ஆனா அது நான் உனக்காக செஞ்சேன்ற சந்தோஷத்தை எனக்கு தராது... என்னால என்ன முடி-யுமோ அதை செஞ்சுட்டேன், நவ் பிரித்வி ஹேப்பி" என்று கண் சிமிட்டினான்.

கடைக்காரரிடம் இன்னொரு டம்ளர் கேட்டு வாங்கிய ஷ்ராவ்யா, தன் ஜூஸில் பாதியை அந்த டம்ளருக்கு மாற்றி ஊற்றினாள்.

துருவிய தேங்காய் போல் பல்லைக்காட்டிச் சிரித்த பிரித்வி, "ஆனாலும் இவ்-வளவு குசும்பு ஆகாது உனக்கு..." என்றான்.

"பின்ன? நீங்கபாட்டுக்கு ஜூஸ் வாங்கித் தந்து என்னை கடத்திட்டு போயிட்-டீங்கனா? மரியாதையா பாதி குடிச்சு ப்ரூஃப் பண்ணுங்க."

"ஐடியா நல்லாயிருக்கு, ஆனா கடத்திட்டு போகக்கூட காசில்லனு நினைக்கும் போது..." என்றவன் சிவாஜி போல நடித்துக் காண்பிக்க, சிரித்து தீர்த்தாள் ஷ்ராவ்யா.

மீண்டும் அவர்களின் பாதையாத்திரை தொடர்ந்தது.

சில நிமிட அமைதிக்குப் பிறகு, "எஞ்ஜினியரிங் படிச்சீங்களாக்கும்?" எனக் கேட்டது அவன் தேவதை.

"இல்ல, எம்பிஎ... ஏகப்பட்ட அரியர்ஸ் தாண்டி வந்ததால நல்ல வேலை கிடைக்கல. போனவாரம் ஒரு காலேஜ்ல டெம்ப்ரவரி லெக்சரா மூணு மாசம் வர்-றியானு கேட்டாங்க, எதுவும் இல்லாம இருக்குறதுக்கு இதுவாச்சும் கிடைக்குதேனு ஓகே பண்ணிட்டேன். நாளைக்குதான் ஜாயின் பண்றேன்..."

"எந்த காலேஜ்?"

"ஜேபிஎஸ் காலேஜ்..." என்றிட, அவள் கால்கள் மண்ணோடு வேர் பிடித்தது போல் நின்று விட்டது.

அதை கவனித்துவிட்ட பிரித்வி, "என்னாச்சு?" என்றான்.

தன் தடுமாற்றத்தை மறைத்துக்கொண்டு, "ஒண்ணுமில்ல" என்றாள்.

ஆனால் அவள் பார்வை தன் கண்களோடு மோதாது, தரையில் தவழ்வதைப் பார்த்து, "ஹேய் ஷ்ராவ்யா, நீ அந்த காலேஜ்லதான் படிக்கிறியா?" என்றான்.

அவன் குரலில் இருந்த குஷி உணர்வு, அவள் முகத்தின் தசைகளில் வீணை மீட்டி விளையாடிற்று.

"என்ன டிபார்ட்மெண்ட்?"

"அது… அது வந்து…"

"சும்மா சொல்லுமா…"

"பிபிஏ, ஃபைனல் இயர். ப்ளீஸ், நாம இங்க பேசினதை அங்க போட்டுக் கொடுத்துடாதீங்க சார்."

"கொஞ்சம் யோசிக்கணுமே…" என்று வில்லத்தனமாய் தாடையைத் தேய்த்-தான்.

"வேணும்னா லஞ்சமா நான் உங்களுக்கு ஒரு ஜூஸ் வாங்கி தரவா?"

"ஜூஸ் வேண்டாம், உன் நம்பர் தர்றியா?" எனக் கேட்டதும் அவள் முகம் சட்டென்று மாறிவிட்டது.

"விருப்பமில்லனா வேண்டாம்…" என்றான் அவனும்.

அநித்திய மனதோடு, "டைம் ஆச்சு, நான் கிளம்புறேன்" என்ற ஷ்ராவ்யா, எதிரில் இருப்பவன் பதிலுக்கு காத்திராமல் முன்னால் நடந்து சென்றாள்.

"ஷ்ராவ்யா… என்ன கேட்டுட்டேன்னு இவ்வளவு கோபம்?"

பதில் சொல்லாது விலகிப் பறந்தது அவனின் தேவதை.

அந்தரத்தில் ஆடும் மனதோடிருந்த பிரித்வியும், அதற்கு மேல் அவளைப் பின் தொடராமல் நின்றுவிட்டான்.

தூரத்தில் அவளருகே ஒரு கார் வந்து நின்றது. இறுதியாக ஒருமுறை இவனைத் திரும்பிப் பார்த்தாள்.

ஏக்கம் ததும்பும் விழியோடு இவனும் அவளைப் பார்க்க, தலையைச் சிலுப்பி-யபடி விரைந்தேறிச் சென்றுவிட்டாள்.

'காதலெனும் கடவுள் நிச்சயம் இருவரையும் இனி அடிக்கடி சந்திக்க வைப்-பான்' எனும் மன உறுதியோடு பிரித்வியும் புறப்பட்டான்.

அடுத்தநாள் அவள் பயிலும் கல்லூரிக்குள் நுழைந்தான்.

புனலாடும் கயல் போல, வழிநெடுக அவள் முகம் காணத் தவித்தது அவனின் கண்கள்…

அவன் மனசாட்சி, 'கண்டிப்பா எங்கேயாவது ஒளிஞ்சு நின்னு என்னை பார்த்-துட்டு இருப்பா…' என கூப்பாடு போட்டது.

எங்கு தேடினும் அவள் கிடைக்காது போக, சோர்ந்த முகத்தோடு முதல்வர் அறைக்குச் சென்றான்.

"வாங்க பிரித்வி, உங்கள காலேஜ் ஃபவுண்டரும் பார்க்கணும்ன்னு சொன்னாங்க. முதல்ல அவங்கள பார்த்துட்டு வந்திடுங்களேன்…" என்று அடுத்த அறைக்கு வழியனுப்பி வைத்தார்.

அந்த அறை வாசலில் உட்கார்ந்திருந்த பெண் உதவியாளர்(பிஏ), "நீங்கதான் புதுசா வந்திருக்கிற ப்ரொபசரா?" எனக் கேட்டாள்.

"எஸ் மேம், சாரை பார்க்க முடியுமா?"

"இவ்வளவு நேரம் உங்களுக்காகத்தான் வெயிட் பண்ணிட்டு இருந்தாங்க. நீங்க உள்ள சேர்ல உட்காருங்க, நான் இன்ஃபார்ம் பண்றேன்..." என்றவள் அருகிலிருந்த ஆதிகால டெலிபோனுக்குள் தன் காதினைக் கொடுத்தாள்.

'எனக்காகவா? ஏன்? இன்டர்வியூ இல்லனு சொன்னாங்களே?! ஃபார்மாலிட்டிக்காக ஒரு சில கேள்வி கேட்பாங்களா இருக்கும்...' எனும் எண்ணச் சுழற்சியோடு உள்ளே சென்றான்.

டேபிள் மேல், 'சத்ய நாராயணன்' எனும் பெயரோடு பலவிதமான டிகிரிகள் இடம்பிடித்திருந்தது.

'ஃபவுண்டர் பெரிய படிப்பாளி போல' என்று எண்ணிய பிரித்வி, தன் ஆடையின் மடிப்பை சரி செய்து கொண்டு உட்கார்ந்தான்.

எண்ணி இரண்டு நிமிடம் கழித்து கதவு திறக்கப்பட, விருட்டென எழுந்த பிரித்வியின் முகத்தில் பேரதிர்ச்சி.

"ஹாய் பிரித்வி..." என்றாள் ஷ்ராவ்யா.

பதில் சொல்ல முடியாத அளவுக்கு அவன் நாவு மேல் அண்ணத்தோடு ஒட்டிக்கொண்டது.

"உட்காருங்க" என்றவள், சகஜமாய் தன் இருக்கையில் உட்கார்ந்தாள்.

அவன் தன்னை மறந்து நின்று கொண்டிருந்தான்...

"என் அப்பாதான் சத்ய நாராயணன், அவருக்கு அடிக்கடி உடம்பு சரியில்லாம போகும். அக்கா ஃபாரின்ல இருக்கா, அதுவும் ப்ரெக்னென்ட்டா இருக்கா.

அதனால நிர்வாதத்தை நான் பார்த்தாக வேண்டிய கட்டாயம். எங்க தாத்தா கட்டின காலேஜை, எடுத்தோம் கவிழ்த்தோம்னு யாருக்கும் தூக்கி கொடுத்திட முடியாதில்லையா?

அதான் க்ளாஸ் டைம்ல க்ளாஸ்க்கு போவேன், பிரேக் டைம்ல ஆபீஸ் வேலையை செய்வேன். இப்ப உங்களை பார்க்கத்தான் என் க்ளாஸை விட்டுட்டு வந்திருக்கேன்" என்றாள்.

அவள் உதிர்த்த வார்த்தைகளில் தன் வருகைக்கான முக்கியத்துவமும், அவள் நேரத்தின் மதிப்பும் ஒருங்கே விளங்கிற்று பிரித்விக்கு.

"என்னை நீங்க மன்னிக்கணும், உங்கள நான் இந்த காலேஜ்க்கு ப்ரொபசரா செலக்ட் பண்ண முடியாது" என்றவளை விழி அகலாது பார்த்தான் பிரித்வி.

"நேத்து நாம ஐஸ்கிரீம் சாப்பிடும் போதே நீங்கதான் புது ப்ரொபசர்னு கண்டுபுடிச்சிட்டேன். இங்க இன்டர்வியூ வைக்கிறதுக்கு பதில் அங்கேயே இன்டர்வியூ நடத்தினேன்.

ஆரம்பத்துல ஏகப்பட்ட சறுக்கல் இருந்தாலும், அந்த ஜூஸ் கடையில நீங்க நிறைய மார்க் ஸ்கோர் பண்ணீங்க. ஜஸ்ட் பாஸ்ல ஊசலாடின உங்களுக்கு

அடுத்து ஒரு வாய்ப்பு தர நினைச்சுதான், இந்த காலேஜ்ல நான் படிக்கிற விஷயத்தை சொன்னேன்.

நான் உங்க ஸ்டூடண்டா வரப்போறேன்னு சொன்னதுக்கு பிறகும், என் போன் நம்பர் கேட்டீங்க பாருங்க... அப்பவே நீங்க ப்ரொபசரா இருக்குற தகுதியை இழந்துட்டீங்க.

என் வயசுப் பொண்ணுங்களுக்கு, என் அளவு மன முதிர்ச்சி இருக்காது. எங்கிட்ட தடம்புரண்ட உங்க உணர்ச்சிகள், நாளைக்கு வேற ஸ்டூடண்ட நடந்துட்டா? எங்கள நம்பி பிள்ளைய விடுற பெத்தவங்களுக்கு, நாங்க என்ன பதில் சொல்லுறது?

கடைசி வரைக்கும் உங்க பார்வையில நான் உங்க ஸ்டூடண்ட்ன்ற நினைப்பு துளிகூட வரவே இல்ல. நான் எந்த நம்பிக்கையில உங்கள உள்ள விடுறது?" என்று கேட்க, பிரித்வியின் முகம் சுருங்கிப்போனது.

சர்டிபிகேட் ஃபைலை எடுத்துக் கொண்டு நடந்தவனிடம், "நான் வேணும்னா உங்களுக்கு ஏத்தது போல வேற வேலைக்கு ரெகமெண்ட் பண்ணட்டுமா சார்?" என்றாள் ஷ்ராவ்யா.

"வேண்டாம் மேடம், நான் கிளம்புறேன்..." என்பதோடு பேச்சை முடித்தவன், விறுவிறுவென வெளியேறிச் சென்றுவிட்டான்.

ஆழ்ந்த மூச்செடுத்துவிட்டு, அவளும் தன் வகுப்பிற்கு புறப்பட்டாள்.

வாசலில் இருந்த பியூ, "மேடம் லெமன் ஜூஸ் வந்தது. நீங்க உள்ள ஏதோ முக்கியமா பேசிட்டு இருந்ததால், நான் உள்ள வரல. இதை குடிச்சுட்டு க்ளாஸ்க்கு போங்க மேடம்" என்று நீட்டினாள்.

அந்த ஜூஸ் டம்ளரினுள், நேற்றிரவு அன்பொழுக பேசிய பிரித்வியின் முகம் தெரிந்தது ஷ்ராவ்யாவுக்கு.

படக்கென ஓரடி பின் நகர்ந்து, "எனக்கு வேண்டாம் மேடம், நான் வேணுங்கிற அளவுக்கு தண்ணீர் குடிச்சுட்டேன். ஜூஸ வேற ஸ்டாஃப்க்கு கொடுத்திடுங்க" என்ற ஷ்ராவ்யா, நிமிர்வாய் தன் வகுப்பு தேடி நடந்தாள்.

3

அஞ்சலாதிரு

___________ ❦ ___________

பொருள் - 'பலமாய் இரு'

இலக்கில்லா வானின் தேகமெங்கும் இருள் மை சூழ்ந்துவிட்ட இரவு நேரம் அது. இடைவிடாது நச்சுத்தூறல் தூறி, இருப்பவர்களை இம்சித்துக் கொண்டிருந்-தது.

வண்ண விளக்குகளால் தன் அங்கமெங்கும் அலங்கரித்துக் கொண்ட அழகுப் பதுமை போல், ஒய்யாரமாய் நிமிர்ந்து நின்றிருந்தது அந்த சூப்பர் மார்க்கெட்.

நேரம் ஒன்பது மணியை நெருங்கிவிட்டதால் ஆங்காங்கே உலவிக் கொண்-டிருந்த ஒரு சிலரும் விரைவாக பில் கவுண்டரை நோக்கி நகர்ந்து கொண்டி-ருந்தனர். வேகமாக வீட்டிற்கு போக வேண்டும் எனும் அவசரம் அத்தனை பேர் முகத்திலும் அப்பட்டமாய் தெரிந்தது...

ப்ளூ வண்ண ஜீன்ஸும் அதற்கு தோதான வெள்ளை டிஷர்ட்டும் அணிந்-திருந்த ஒருவன், சாவகாசமாய் அந்த சூப்பர் மார்க்கெட்டை சுற்றிக் கொண்டு வந்தான்.

வினித்! சொல்லிக் கொள்ளும்படி பெரிய ஆள் இல்லை. அவன் எந்த வேலையிலும் மூன்று மாதம் கூட தாக்குப் பிடிப்பது கிடையாது.

இரண்டு அண்ணன்களுக்கு பிறகு பிறந்த மூன்றாவது மகனாதலால், இவனுக்கு மாதா மாதம் பணம் அனுப்பி பாழாக்கியது அவன் குடும்பம். பிறகென்ன கவலை?

அவன் கால்கள் தனக்கு விருப்பமான திசையில், இசை போட்ட படி நடக்க, கைகளோ வேண்டியது வேண்டாதது அனைத்தையும் ட்ராலியில் அள்ளிப் போட்-டுக் கொண்டு வந்தது.

இதற்கு மேல் ட்ராலி தாங்காது என்றானதும், வினித் அதை தூரமாய் தள்ளி விட்டான். நேராகப் போய், ஒரு செல்ஃபி முட்டிக் கொண்டு நின்றது ட்ராலி. அது முட்டியதன் அடையாளமாய், பலகையிலும் கீறல் பல்லைக்காட்டிற்று...

முன் வரிசையிலிருந்த தின்பண்டங்களை தடவிக் கொடுத்துக் கொண்டே சென்றவனின் கை ஒரிடத்தில் நின்றது. அங்கே ஒரு ஐந்து ரூபாய் சிப்ஸ் பாக்கெட் இருந்தது...

அதை மட்டும் பில் போடும் இடத்திற்கு எடுத்துக்கொண்டு சென்றான். அவன் விட்டுச் சென்ற ட்ராலியை பார்த்த பணிப்பெண், கிட்டத்தட்ட அழுதுவிடும் மனநிலையோடு ஒவ்வொரு பொருளையும் அதன் இடத்தில் அடுக்கத் துவங்கினாள்.

சடுதியில் பணம் கட்டும் வேலை முடிந்துவிட்டது வினித்திற்கு. அதற்கு கூட பொறுக்காதவன் போல, உடனே பாக்கெட்டை பிரித்து தின்னத் தொடங்கிவிட்டான் அவன்.

பசியோடு பணி செய்திருந்த அனைவரும், கறுக் முறுக்கென சிப்ஸ் தின்பவனை ஓர் நொடி திரும்பிப் பார்த்துவிட்டு, நாகரீகம் கருதி முகத்தை திருப்பிக் கொண்டனர்.

அனைவரையும் வெறுப்பேற்றி முடித்துவிட்டு வாசல் பக்கம் நகர்ந்தவன், அங்கே அழகாய் அடுக்கி வைக்கப்பட்டிருந்த வட்ட வடிவ சோப்பு டப்பாய் கோபுரத்தினைப் பார்த்தான்.

அடுத்த கணமே அவன் கோணல் புத்தி தன் வேலையைக் காட்ட, கீழ் பகுதியிலிருந்த ஒரு சோப்பை மட்டும் தெரியாமல் மிதிப்பது போல உதைத்துவிட்டான். ஒற்றை அடிமானம் நகர்ந்ததும், அதன் ஒட்டுமொத்த வரிசையும் ஆட்டம் காண, சரிந்து விழுந்தது கோபுரம்.

"அச்சச்சோ... தெரியாம நடந்திடுச்சு, சாரி..." என்றவனை, அங்கிருந்தவர்கள் அத்தனை பேரும் பார்வையாலேயே எரிப்பது போல பார்த்துக் கொண்டிருந்தனர்.

சிரித்தபடியே வெளியே வந்தவன் தின்று கொண்டிருந்த சிப்ஸ் பாக்கெட்டை, வேண்டுமென்றே சூப்பர் மார்க்கெட்டின் வாசலில் தலைகுப்புற போட்டுவிட்டு போனான்.

செக்யூரிட்டி, "ஏய்பா, ஏய்... நில்லு" என்று கத்திக் கொண்டிருக்க, ஒரே நொடியில் அவன் எந்திர புரவி அவனை அப்பகுதையை விட்டு தூரமாய் அழைத்துச் சென்றிருந்தது.

"சனியன், நமக்குனு வந்து சேருதுபாரு" என்றவர், வெகு சிரமப்பட்டு குனிந்து சிதறிய சிப்ஸ்களை அள்ளி குப்பைத் தொட்டியில் போட்டார்.

'அப்படியேவிட்டால், அடுத்து வருபவர்கள் மிதித்து அள்ளக்கூட முடியாதபடி தூளாக போய்விடுமே...' எனும் நல்ல எண்ணம்தான் அந்த முதியவரின் முதுகை வளைத்து வைத்திருந்தது.

விரைந்து பறந்த வினித், வீடு சென்று சேர்வதற்கு இருள் சூழ்ந்த வீதிகளையே அதிகம் தேர்ந்தெடுத்தான். இதுவும் அவனது அன்றாட வாடிக்கைதான்...

அப்படி அவன் போகும் பாதையில் யாரேனும் நடப்பது தெரிந்தால், வேண்டு-மென்றே வேகத்தை அதிகமாக்கி, அவர்களை இடிப்பதுபோல் வண்டியைச் செலுத்-துவான்.

அவன் விளையாட்டால் உயிர்பயத்தோடு, 'ஆ...' என அலறுபவர்கள் அநேகம்.

ஒரு சிலர் பயத்தினால் தப்பிக்க நினைத்து, தவறி விழுந்தும் இருக்கின்றனர். அதிர்ச்சிக்குள்ளான அவர்களின் முகபாவனைகளை மனதிற்குள் ரசித்தபடியே வீடு போய் சேர்வான் வினித்.

இதோ, இப்போதும் அதைத்தான் செய்து கொண்டிருக்கின்றான். வேலைக்கு போய்விட்டு திரும்பிச் செல்லும் ஐம்பது வயது பெண்மணியை, இடிப்பது போல் சென்றான்.

அவரோ, தங்கச் சங்கிலியை அறுக்க வரும் திருடர் கூட்டத்தில் ஒருவனாய் அவனை எண்ணிக்கொண்டு, "திருடன் திருடன்..." என்று கத்தினார்.

வினித் இதைப் போல எத்தனை பேரை பார்த்திருப்பான்?! அவர் பய அலற-லைக் கேட்டு ரசித்தபடி ஸ்கூட்டரை வேகமாக செலுத்தினான்.

இருள் பாதையில் ஒருவரும் உதவிக்கு வராமல் போனதால் அந்த பெண்மணி, 'இதற்குமேல் கடவுள்தான் என்னை காப்பாற்ற வேண்டும்...' என்றெண்ணி கண்-களை மூடிக்கொண்டு கீழே உட்கார்ந்துவிட்டார்.

அவரை உரசுவது போல் பறந்த வினித், தெரு முனைக்கு சென்றதும் ஒரு-முறை திரும்பிப் பார்த்தான். இன்னும் அந்த பெண்மணி அசையாமல் அப்படியே உட்கார்ந்திருந்தார்.

"ஹா... ஹா..." என்றொரு பேய்ச்சிரிப்புடன் தன் பயணத்தைத் தொடர்ந்-தான்.

இரண்டு தெரு தள்ளி, மீண்டும் ஒரு இருளான பாதை தெரிந்தது. இம்மியும் யோசிக்காமல், இயந்திர புரவியை திருப்பினான் அந்த சாலைக்கு...

அவன் ஆசைப்படி ஒரு சிறு பெண் குழந்தை தனியே அந்த சாலையில் நடந்து வந்து கொண்டிருந்தது. அவசரமாய் மளிகை கடைக்கு போய் விட்டு வரு-வதன் அடையாளமாய், அந்த பிள்ளையின் கையில் ஒரு குட்டி கூடை இருந்தது.

அலுங்காமல் குலுங்காமல் கூடையைத் தூக்கிக் கொண்டு வரும் பிள்ளைக்கு நேராக பைக்கை ஓட்டினான் வினித். பயந்துபோன பாப்பா, பதற்றத்தில் கூடையை கீழே போட்டுவிட்டு, 'ஆ...' என அலறினாள்.

விழுந்த கூடையிலிருந்த முட்டைகள், வேதனையோடு தன் இன்னுயிரைத் துறந்தன. அடுத்தடுத்து இருவரை அழவைத்த சந்தோஷத்தில், ரெக்கை கட்டிக் கொண்டு பறந்தான் வினித்.

அந்த சாலையின் முடிவில் அவன் பைக் திரும்பிய அதே நேரம், எதிரில் வந்த சிவப்பு வண்ண கார் அவனோடு நேருக்கு நேராய் மோதியது.

கார் இடித்த வேகத்தால், பைக் பலமான சப்தத்தோடு சரிந்து விழ, சற்று தூரம் தள்ளி வீசப்பட்டான் வினித்..

"ஐயோ... அம்மா..." என்று பலமாய் முணங்குபவனை, சில நிமிடங்களுக்கு நின்று நிதானமாய் பார்த்து ரசித்தது காரிலிருந்த உருவம்.

"ஹெல்ப்... ஹெல்ப்..." என்று உயிர் தேய கெஞ்சினான் வினித்.

கார் கண்ணாடி மெது மெதுவாய் கீழே இறங்க, டிரைவர் இருக்கையில் மை பூசிய மான் விழியாள், இருப்பதைக் கண்டான் அவன்.

இதழ் சுழித்துச் சிரித்தவள், "வலியோடவே செத்துப்போ..." என்று கூறிவிட்டு தன் சிவப்பு வண்ண காரை நகர்த்த துவங்கினாள்.

அவள் காரின் முகப்பு பகுதியில், ஒரு வாரத்திற்கு முன் மாரடைப்பால் இறந்து போன அவளது தாத்தாவின் புகைப்படம் இருந்தது.

பாவம்! ஒரு வண்டிக்காரன் இடிக்க வந்ததனால், நகர்ந்து போக முயன்று தடுக்கி விழுந்துவிட்டார். விழுந்த வேகத்தில் நெஞ்சுவலி வர, மருத்துவமனை போய் சேர்வதற்குள் அவர் ஜீவன் இவ்வுலகை விட்டு விலகிவிட்டது.

அவர் போட்டோவைத் தொட்டு முத்தம் தந்த பேதை, சற்று தூரம் தள்ளி அழுது கொண்டிருந்த சின்ன பிள்ளையின் முன் தன் காரை நிறுத்தினாள்

ஐநூறு ரூபாய் தாளினை நீட்டி, "யாருக்கும் சொல்லாத, என்னென்ன வாங்-கினியோ அதை திரும்ப வாங்கிட்டு மீதியை வேற யாருக்காவது கொடுத்துடு" என்றாள்.

என்ன செய்வதென்று தெரியாமல், அந்த பணத்தை வாங்கிக் கொண்டாள் அச்சிறுமி. இதுவரை இருள் பாதைகளைத் தேடித் திரிந்த சிவப்பு வண்ண கார், இப்போது வெளிச்சம் மிகுந்திருந்த பாதையில் பயணிக்க துவங்கியது.

4

அத்தீர் பேதை

⸻ ❧ ⸻

பொருள் - 'குளிர் தாமரை குழந்தை'

பச்சையும் மஞ்சளும் கலந்த வண்ணத்தில், படபடக்கும் பட்டாம்பூச்சியை பின் தொடர்ந்து ஓடினாள் எட்டு வயது பவானி.

அவளோடு இணைந்து ஓடிவந்த இனியா, "அத புடி பவானிக்கா... அத புடி..." என்று நொடிக்கு நூறு முறை கத்திக்கொண்டே இருந்தாள்.

இவ்விரு சில்வண்டு சிறுமிகளின் இரைச்சல் தாங்காமல், அப்பகுதியை விட்டே பறந்து மறைந்தது பட்டாம்பூச்சி.

நான்கு வயது சிறுமியான இனியா, தொலைந்த பட்டாம்பூச்சியைத் தேடி தவிக்க, பவானி கை கால்களை உதறி விட்டு வந்த பாதையில் திரும்பி நடந்தாள்.

"நானும் வர்றேன் பவானிக்கா..." என்று சொல்லிக்கொண்டே உடன் ஓடினாள் இனியா.

"சீக்கிரமா வா இனியா, சிவகாமி பாட்டி பார்க்க முன்னால சீக்கிரமா போயி-டுவோம்" என்று ஓட, இனியாவும் உடன் ஓடினாள்.

கண்ணு மண்ணு தெரியாமல் ஓடியதில் இனியா கால் தடுக்கி கவிழ்ந்து விழுந்-திட, "ஏய் என்னாச்சு" என்றொரு சப்தம் கேட்டது அவளுக்கு.

அது சிவகாமி பாட்டியின் சப்தம்தான் என்று தெரிந்ததும், விழுந்த வலியையும் மறந்து எழுந்து ஓடினாள் இனியா. சிவகாமி பாட்டியின் மேல் அத்தனை பயம் அவர்களுக்கு...

சும்மாவா? கடந்த ஒரு வருடத்தில், அந்தப் பாட்டியைப் பற்றி எக்கச்சக்க கதைகளை கேட்டிருக்கிறாளே...

'அவங்கதான் இங்க எல்லாம்... அவங்க ஒரு வார்த்தை சொன்னா வார்டன் மேடம், சிஸ்டர் கூட மறுத்து பேச மாட்டாங்க... அவங்களுக்கு பிடிச்சா மட்டும்-

தான் இங்க நாம இருக்க முடியும், பிடிக்கலனா ஒரே வாரத்துல ஏதாவது ஒரு வீட்டுக்கு தூக்கிப் போட்ருவாங்க...' எனும் தகவலை பலவிதங்களில், பலர் குரல்களில் கேட்டு பயந்திருக்கிறது அந்த பிஞ்சு மனம்.

தூரத்தில் பெல் அடிக்கும் சப்தம் கேட்க, ஆங்காங்கே உலவிக் கொண்டிருந்த அத்தனை குழந்தைகளும் ப்ரேயர் ஹாலுக்கு வந்தனர்.

ஆம்! அது ஒரு அனாதை ஆசிரமம். சில நல்ல உள்ளங்களின் தயவால், அனாதரவாக நிற்கும் குழந்தைகளுக்கு அங்கே அடிப்படைத் தேவைகள் பூர்த்தியாகிறது.

அப்பா அம்மாவால் குழந்தையாக இருக்கும் பொழுது தூக்கி எறியப்பட்ட பவானியும், கொரோனா கொடுரனால் இரண்டு வருடத்திற்கு முன் பெற்றோரை இழந்த இனியாவும், இப்போது அக்கா தங்கை போல அன்பில் அன்றிலாகிவிட்டனர்.

நாற்பது வயதான நர்மதா சிஸ்டர் அனைவருக்கும் முன்னால் வந்து நின்று, இறைவனை வணங்கி ஸ்தோத்திரம் சொல்ல, அவரைப் பின்தொடர்ந்து ப்ரேயர் செய்தனர் அனைவரும்.

ப்ரேயர் முடிந்ததும் பிள்ளைகள் அனைவருக்கும் பாலும் பிஸ்கட்டும் கொடுக்கப்பட்டது. பத்து வயதுக்குட்பட்ட குழந்தைகள் மட்டும் வரிசையாய் கீழே உட்கார்ந்திருக்க, சிவகாமி பாட்டி அவர்களுக்குரிய பால் பிஸ்கட்டை வரிசையில் வைத்துக் கொண்டு வந்தார்.

இனியாவை நெருங்கியதும், "இதென்ன காயம், கீழ விழுந்தியா?" என்றார்.

வேகமாய் இல்லை என்று தலையாட்டியது பிள்ளை...

"சரி, என்னோட வா" என்று அழைத்த பாட்டி அவளை கட்டிடத்தின் கடைசியில் இடம் பிடித்திருந்த ஓர் இருட்டு அறைக்கு அழைத்துச் சென்றார்.

ஏற்கனவே பயத்தில் வியர்த்து இருந்த பிள்ளை, இப்போது இன்னும் பயந்து அழத் துவங்கிவிட்டது.

"அழாத... நான் சொல்றத கேட்டா, உனக்கு ரெண்டு பிஸ்கட் பாக்கெட் தருவேன்."

பிஞ்சு மனம் பிஸ்கட் ஆசையில், அழுகையை மட்டுப்படுத்தியது. அவளை பெஞ்ச் மேலே தூக்கி உட்கார வைத்த பாட்டி, மூட்டுகளில் இருந்த சிராய்ப்பு காயங்களுக்கு களிம்பு போல் இருந்த ஒரு மருந்தை தடவி வைத்தார்.

"இதை ரெண்டு நாள் போட்டா போதும், உன் காயம் சரியா போயிடும்" என்றிட, புரிந்து கொண்டாய் தலையாட்டினாள் இனியா.

"நீ போய் உட்காரு, நான் உனக்கு இன்னொரு பிஸ்கட் எடுத்துட்டு வர்றேன்" என்று இறக்கிவிட, கடகடவென தப்பி ஓடியது பிள்ளை.

சொன்னதைப் போலவே இன்னொரு பிஸ்கட்டை இனியாவுக்கு கொடுத்த சிவ-காமி பாட்டி, "இதேபோல நாளைக்கு காலையில ஒருதரம் மருந்து போட்டா, நான் உனக்கு ரெண்டு பிஸ்கட் தருவேன்" என்றார்.

ஏனோ இப்போது அவரை ரொம்பவும் பிடித்து போனது இனியாவுக்கு...

சின்னதாய் சிரித்துக் கொண்டே தலையாட்டிய பிள்ளையை, பாசமாய் கேசம் வருடிவிட்டு போனார் பாட்டி. அவர் அந்தப் பக்கம் போனதும் இனியாவிடம் ஓடி வந்தாள் பவானி.

"என்னாச்சுடி? திட்டினாங்களா?"

"இல்லக்கா மருந்து போட்டு பிஸ்கட் கொடுத்தாங்க."

"ஹப்பாடா நான் கூட பயந்து போயிட்டேன், நீ சாப்பிடு. நான் போய் நமக்கு விளையாட ஏதாவது பொருள் எடுத்து வைக்கிறேன்" என்று சொல்லிக்கொண்டே வாசல் பக்கம் ஓடிவிட்டாள்.

அன்றிலிருந்து எப்போது சிவகாமி பாட்டியை பார்த்தாலும், சிரித்துவிட்டுச் செல்வதை இனியா வழக்கமாக்கி வைத்திருந்தாள். திடிரென்று ஒரு நாள் அவர் சிரிப்பதை நிறுத்தினார்.

அவரின் திடீர் பாராமுகத்திற்கான காரணம், பாவம் அந்தப் பிள்ளைக்கு விளங்கவில்லை. தனக்கு இஷ்டமான அந்த புன்னகையைத் தேடி, அன்று முழு-வதும் அடிக்கடி அவரைச் சுற்றி வந்தாள்.

"சும்மா அங்கயும் இங்கயும் சுத்திட்டு இருக்காத. ஒழுங்கா ஒரு இடத்தில உட்கார்ந்து விளையாடு" என்று சிடுசிடுக்க, முதன்முறை அவர் முறைத்து பார்த்து அரண்டு போய் அங்கிருந்து ஓடிவிட்டாள் இனியா.

ஆயினும் ஏதோ ஆற்றாமை அவளுக்குள்...

"பவானிக்கா, அந்த பாட்டி ஏன் என்னை முறைச்சாங்க? நான் எந்த தப்பும் பண்ணலியே?" என்று தன் ஒற்றை உறவிடம் முறையிட்டாள்.

"போச்சு போச்சு, இதே போலத்தான் என் ப்ரெண்டு திவ்யாவுக்கும் ஆச்சு. அவளோட சிரிச்சு சிரிச்சு பேசி, திடீர்னு திட்டுனாங்க. அப்புறம் அவளை ஒரே-யடியா இங்கிருந்து விரட்டி விட்டுட்டாங்க, இனி உன்னையும் தினம் திட்டுவாங்க பாரு" என்று இன்னும் பயமுறுத்தினாள் பவானி.

அதே போலத்தான் அவள் நின்றால், நடந்தால், ஓடினால் ஒவ்வொன்றுக்கும் சிவகாமி பாட்டியிடம் திட்டு கிடைத்தது.

தன் சுயத்தை தொலைத்து தவித்த பிள்ளை, இறுதியில் இருகரம் விரித்து நின்ற தேவனிடம் போய், "ஜீசஸ், அந்த பாட்டி என்ன சும்மா சும்மா திட்டிட்டே இருக்காங்க, எனக்கு இங்க இருக்கவே பிடிக்கல. அவங்கள எப்படியாச்சும் இங்-கிருந்து போக வச்சிடுங்க. இல்ல, என்னை வேற எங்கயாச்சும் அனுப்பிடுங்க" என்று முறையிட்டாள்.

அந்த அறையின் ஓரத்தில் உட்கார்ந்திருந்திருந்த சிவகாமி பாட்டி, விருட்டென எழுந்து நின்றார்.

அவரை அங்கே எதிர்பாத்திராத இனியா, பின்னங்கால் பிடரியில் அடிக்க தெறித்து ஓடிவிட்டாள். அந்த வார இறுதியில் வந்த தம்பதியினருக்கு இனியாவை தத்துக் கொடுத்தார் நர்மதா.

"பாப்பாவுக்கு ஆரம்பத்துல இருந்தே அதிகப்படியான அன்பு காட்டாதீங்க, மத்தவங்களோட பேசுறது பழகுறது போல சாதாரணமா நடந்துக்கோங்க. அப்பதான் அவளுக்கு எல்லா சூழ்நிலையையும் ஏத்துக்குற பக்குவம் வரும். உங்க நியாயமான கோபத்தை புரிஞ்சு நடந்துக்குற பழக்கம் வரும்" என்று எக்கச்சக்க அறிவுரைகளை தந்தார்.

அத்தனையும் சிறு புன்னகையோடு கேட்டுக்கொண்ட சத்யன், சரண்யா தம்-பதி, இனியாவை தமது வீட்டுக்கு அழைத்துச் சென்றனர்.

பாட்டி, தாத்தா, அத்தை, மாமா என்று ஒரு பெரும் கூட்டமே அவளுக்காக அங்கே காத்திருந்தது.

தாத்தா கேக் கொண்டு வந்து வைக்க, இனியா சந்தோஷ சிரிப்போடு கேக்கை வெட்டினாள். ஆசையாய் அள்ளி வாயில் போட்டவள், அடுத்த நொடியே தன் பாவடையில் கை துடைக்க போக,

'ஏய், சுத்தபத்தமா இருக்கணும்னு தெரியாதா? சாப்பிட்ட கைய பாவடையி-லயா துடைப்பாங்க?' என்று சிவகாமி பாட்டி சப்தமிடும் குரல் அவள் செவியினுள் ஒலித்து சிதறிற்று.

உறைந்த சிலைபோல் உட்கார்ந்திருந்தவளை, "என்னாச்சுமா?" எனும் சரண்-யாவின் அன்பான அழைப்பு நிஜ உலகத்திற்கு இழுத்து வந்தது.

"கை..." என்பதோடு தன் கேள்வியை முடித்து கொண்டாள் இனியா.

"அந்த பாத்ரூம்ல வாஷ்பேஷன் இருக்கு, போய் கழுவிட்டு வர்றியா? இல்ல நானும் வரவாடா?"

"நானே கழுவிப்பேன்" என்று கூறிவிட்டு, மூஞ்சுறு போல குடுகுடுவென பாத்-ரூம் பக்கம் ஓடியவள், திடீரென தன் வேகத்தைக் குறைத்தாள்.

'பாவாடை பறக்க ஓடினா கால உடைப்பேன்...' என்று அவளுக்குள் கேட்ட பாட்டியின் குரல்தான், அந்த புள்ளிமான் கால்களுக்கு வேகத்தடை போட்டிருந்தது.

தண்ணீர் பைப்பில் கைவைத்த அடுத்த கணம், 'அடியேய், தண்ணி பைப்ப இப்படித்தான் முழுசா திறந்து விடுவியா? ஒழுங்கா அழகா பாதி பைப் திறந்து கை கழுவு' என்று மீண்டும் பாட்டி சப்தமிடும் குரல்.

ஊஞ்சலாடிய துண்டுதனில் கை துடைத்துவிட்டு திரும்பி வந்தவளுக்கு, அந்தக் குடும்பத்தில் இருந்த அனைவரும் ஆளுக்கொரு பரிசு கொடுத்தனர். ஆசையோடு பிரித்தாள் அவளும்... எக்கச்சக்க பொம்மைகள் அவள் மடியெங்கும் நிறைந்து

வழிந்தது.

கடைசியாக எப்போது பொம்மை வைத்து விளையாடினாள் என்பதே, அந்த பிள்ளையின் நியாபக அடுக்கிலிருந்து மறைந்து போயிருந்தது. அப்படிப்பட்ட பிள்-ளுக்கு கை நிறைய பொம்மை கிடைத்தால்?!

ஆனந்தமென்றால் அப்படி ஒரு ஆனந்தம் இனியாவுக்கு. அந்த நிமிடத்திலும் பாட்டியின் குரல் அவள் செவிக்குள் கேட்க, கண்களை உருட்டி முழித்தாள்.

சரண்யா, "என்னமா? எதாவது வேணுமா?"

"இந்த பொம்மைய அந்த குட்டி தம்பிக்கு குடுக்கணும்" என்ற இனியா, அத்தை மடியில் ஆனந்த சயனம் கொண்டிருந்த ஆறுமாதப் பிள்ளையை நோக்கி விரல் நீட்டினாள்.

அதைக்கேட்ட அத்தனை பேரும் அகம்மகிழ்ந்து போயினர்...

"நீயே குடுடா தங்கம்" என்றான் சத்யா.

திருவாரூர் தேர் போல மெல்ல நடந்துபோய் பொம்மையைத் தந்துவிட்டு, வந்த தடயம் இல்லாமல் தன் இடத்திற்கு திரும்பி விட்டாள். இனியாவின் குணம் பார்த்து, சத்யா, சரண்யாவின் சந்தோஷத்திற்கு எல்லையே இல்லாமல் போனது...

இரவெல்லாம் அவளை ஆளுக்கொரு பக்கமாக அணைத்துக் கொண்டு படுத்-துறங்கினர். அடுத்தநாள் அதிகாலையிலேயே நர்மதாவிடமிருந்து சரண்யாவுக்கு அழைப்பு வந்துவிட்டது.

"குழந்தைக்கு உங்க வீடு செட் ஆகுதா மேடம்?"

"அவளுக்கு இருக்குற மனசுக்கு எங்க வீடு இல்ல, எந்த வீடா இருந்தாலும் ஒத்துப்போகும். ஆனா எனக்கு ஒரு விஷயம் மட்டும் புரியவே இல்லை, இனியா எங்களுக்குனு முடிவான பிறகும் ஏன் பத்துநாள் டைம் கேட்டீங்க?"

"எங்க ஆசிரமத்துல எப்பவும் எதுக்காகவும் நாங்க எங்க பிள்ளைகளை கட்-டுப்படுத்த மாட்டோம். படிக்க போற பள்ளிக்கூடத்திலேயும் எங்க பிள்ளைங்களுக்கு செல்லம் அதிகம்.

ஆனா புதுசா ஒரு குடும்ப சூழ்நிலைக்குள்ள போகும் போது, முதல்ல இந்த பிள்ளைகளோட சுதந்திரம் பறிபோகும். அதுலயும் அப்பார்ட்மெண்ட் வீடுனா ஏகப்-பட்ட விதிமுறைகள் இருக்கும். ஒவ்வொன்னையும் தன் இஷ்டப்படி செஞ்சு பழகின இவங்களுக்கு, வெளியுலக நாகரீகம் தெரியாது.

அதை நீங்க சொன்னா கட்டுப்படுத்துறதா நினைச்சு அழுவாங்க. அதையே வேற விதத்துல நாங்க சொல்லும் போது, உங்க வீடு அவங்களுக்கு சொர்க்கம் போல தெரியும்.

இது நாங்க எப்பவும் செய்யிற விஷயம்தான். பிள்ளைங்க புது சூழ்நிலைய சுலபமா பழகிக்கிறதுக்கு, எங்க பாட்டி வைத்தியம் ரொம்ப நல்லா வேலை செய்-யுது.

இப்போ குழந்தைக்கும் உங்களுக்குமான உறவுல ஒரு ஒட்டுதல் வந்திருக்கும் இல்லையா?..." என்றதற்கு, ஆம் என்பதைத் தவிர அவளிடம் வேறு எந்த பதி-லும் இல்லை.

5

அட்டில் விட்டில்

தமிழகத்தின் தனிப்பெரும் புகழ் வாய்ந்த மதுரை மாநகர்... பங்குனி வெயிலின் தாக்கத்தால் தார்ச் சாலைகளெல்லாம் பளபளவென மின்னிற்று.

உச்சிவெயில் மச்சைப் பிளக்கும் மத்தியான நேரத்தில், ஊர்வலம் போவது போல தனியொருவனாய் தரணியை அளந்தபடி நடந்து கொண்டிருந்தான் ஒரு- வன்.

இரண்டடி தூரத்தில் இருப்பவரையும் துரத்தி அடிக்கும் வியர்வை வாடை- யோடு, விழி தாழ வீட்டிற்கு வந்தவனை பூட்டிக்கிடந்த தாழ்ப்பாள்தான் வரவேற்- றது.

பல்லை கடித்துக் கொண்டு பார்வதிக்கு போன் போட்டான் கதிரவன். அவன் ஒரு பெயிண்டர்...

"ஏய் எங்கடி இருக்க?"

"இங்கதான் பக்கத்துல, பத்து நிமிஷத்துல வந்திடுறேன் மாமா" என்பதோடு தொடர்பை துண்டித்துவிட்டாள்.

அதன்பிறகு கதிரவன் கால் செய்தாலும் எடுக்கவில்லை...

'எங்கிட்ட ஒரு வார்த்தை சொல்லிட்டு போகணும்ம்னு தோணுச்சா பாரு அந்த கழுதைக்கு? காசு பணம் சம்பாதிக்கிற வரைக்கும்தான் புருஷனுக்கு மதிப்பு. காசு வரலையினா செருப்புக்கு கிடைக்கிற மரியாதைகூட நமக்கு கிடைக்கிறதில்ல...' என்று வேவேரிக்கு அலைபாய்ந்தது அவனுள்ளம்.

அது அத்தனைக்கும் விடை கொடுக்கும்படி, வியர்த்து விறுவிறுக்க விரைந்து வந்து சேர்ந்தாள் அவள். இடுப்பில் ஒன்றும் கையில் ஒன்றுமாய் இரண்டு பிள்- ளைகளையும் உடன் கூட்டிச் சென்றிருந்தாள்.

இடுப்புச் சுமை இறங்கியதும், வின்னென்று வலிக்கும் முதுகை இடக்கையால் நீவியபடி, வலக்கையால் கதவைத் திறந்தாள். துள்ளி குதித்து உள்ளே ஓடின பிள்ளைகள் இரண்டும்...

பின்னோடு வந்த கதிரவனோ, "பொட்டக்கழுத, எங்கடி போய் ஊர் மேய்ஞ்சு்டு வர்ற?" என்றான்.

பார்வதியோ பம்மிய படி, "பக்கத்து தெருவுக்குதாங்க போனேன், அதும் பத்து நிமிஷம் முன்னாலதான் போனேன். நீங்க இந்நேரம் வருவீங்கனு தெரியாது, தெரிஞ்சிருந்தா சாவிய ஜன்னல்ல வச்சிட்டு போயிருப்பேன்" என்றாள்.

"எனக்கு நீங்க பதில் சொல்லணும்னு எந்த அவசியமும் இல்ல மகாராணி. எங்கேயும் போங்க, எப்ப வேணாலும் வாங்க, எவன் கேட்க போறான்?..." என்று எரிந்து விழ,

"ஏங்க கோவப்படுறீங்க? வாங்க, சாப்பிடுங்க" என்றவள், கடகடவென ஒரு தட்டு நிறைய சாப்பாடு போட்டு கொண்டு வந்து அவன் முன்னால் வைத்தாள்.

"இத திங்கிறதுக்கு வேற என்னத்தையாவது திங்கலாம். எடுத்துட்டு போய்த்தொல..."

"ஏங்க சாப்பிட்டு..." எனும் முன்,

"போடி...." என்று கண்களை உருட்டி முறைத்தான்.

அவ்வளவுதான், மழையில் நனைந்த கோழிக்குஞ்சு போல சுவர் ஓரத்தில் ஒடுங்கிவிட்டாள்.

படுக்கை அறைக்குச் சென்று, கட்டாந்தரையில் கால்நீட்டிப் படுத்துக்கொண்டான். வெளியில் அடித்த வெயிலுக்கு, வீட்டின் தரையிலிருந்த குளிர் அன்னை மடி போல ஆறுதலாய் இருந்தது.

உஷ்ணதேகம் மெதுமெதுவாய் உறக்கத்தை நாட, "ஏங்க..." என்றபடி தட்டும் கையுமாக உள்ளே நுழைந்தாள் பார்வதி.

தன் வருகை தெரிந்தும் வேண்டுமென்றே கண்களை மூடிக்கொண்டு படுத்திருப்பவனின் பக்கத்தில் உட்கார்ந்தாள்.

பாசமாய் அவன் கேசம் வருடி, "கொஞ்சம் சாப்பிடுங்களேன்..." என்றதுதான் தாமதம்.

தட்டு சுவற்றில் மோதி தலைகீழாய் தரையில் விழுந்திற்று...

அவனிடம் அவ்வளவு கோபத்தை எதிர்பார்த்திராத பார்வதி, "ஏங்க?..." என்றதும், பளாரென அவள் கன்னத்தில் போட்டான்.

அரண்டு முழித்தவள் அழுதிட தயாராக, "சனியனே, ஏன் என்ன இந்த பாடு படுத்துற? கொஞ்ச நேரம் அங்கிட்டு போய்த்தொலையேன்டி..." என்று வஞ்சனையின்றி வசவு வேறு.

உதட்டை பிதுக்கியபடி, உதிர்ந்த சாதத்தை அள்ளிக் கொண்டு வெளியேறி-னாள் அவள்.

கதிரவன் ஒன்றும் பிறவிச் சோம்பேறி இல்லை. பேராசையோடு பொருளைத் தொலைத்த பாவியும் இல்லை. கடும் உழைப்பாளி...

கதிரவனின் அப்பா மனோகர் அந்தக் காலத்திலேயே, பெயிண்டிங் தொழிலில் தனிப் பெயரையும், தனக்கு கீழ் பணிபுரிய ஒரு கூட்டத்தையும் உருவாக்கி வைத்-திருந்தார்.

"மனோ கையில வேலைய கொடுத்தா, மறுக்க(திரும்ப) நாம நினைக்கவே தேவையில்ல" என எதுகை மோனையோடு அடை மொழி பேசுமளவுக்கு அவர் பெயர் அப்பகுதியில் பிரபலம்.

அதிகப்படியான வருவாய் வர, தன்னைப் போலவே தன் பிள்ளையும் பிழைக்-கட்டும் என்றெண்ணி, பள்ளிக்கூட பாலகனாய் இருந்த கதிரவனுக்கு பெயிண்ட் அடிப்பதன் அடிப்படை பயிற்சிகளை சொல்லித் தந்தார்.

அப்பனுக்கு பிள்ளை தப்பாது இருக்குமென்பது போல், அவனும் வெகு விரை-வாக வேலையின் நெளிவு சுளிவுகளை கற்றுத் தேர்ந்தான்...

பள்ளிக்கூட பாடம் இதைவிட கடினமென்றெண்ணி, படிப்பை எட்டி உதைத்-துவிட்டு முழுநேரமாய் அப்பாவுடன் கை கோர்த்தான். அப்பனும் பிள்ளையும் அயராது உழைத்ததன் பலனாய், அண்டை வீட்டார் மூக்கில் விரல் வைக்கும் அளவு அவர்கள் குடும்பம் பொருளாதாரத்தில் முன்னேறியது.

அந்த பகட்டிலேயே பையனுக்கு திருமணம் செய்துவிட வேண்டும் என்றெண்-ணிய மனோகர், உறவு முறைகளில் அலசி ஆராய்ந்து பார்வதியை தன் வீட்டு மருமகளாக்கினார்.

அவர் கணக்கு வீண் போகவில்லை...

வீட்டிற்கு ஏற்ற மருமகளாய் எல்லா பள்ளம் மேடுகளையும் பொறுத்துப் போனாள் அவள். இருவரும் இன்பமாய் இல்லறம் நடத்த, இனிமையை இரட்டிப்-பாக்கும் வகையில் பார்வதி கருவுற்றாள்.

பிள்ளை உண்டான சந்தோஷத்தைக் கொண்டாடுவதற்குள், பெரும்பிணியான புற்றுநோய் மனோகர் உடலை ஆட்கொண்டது. அடுத்தடுத்த ஆஸ்பத்திரி செலவு-களாலேயே பெரும்பாதி சொத்து கரைந்தோடியது.

இயன்றவரை முயன்றும் எதுவும் முடியாததால், முடிவாய் இன்னுயிர் இழந்தார் மனோகர். இரவு பகலாய் கணவனை கண்டு கண்ணீர் வடித்திருந்த அன்னையோ, பிள்ளைக்கு தானும் துன்பம் தரக்கூடாதென்று, தான் பிறந்த கிராமத்திற்கு போய் வாழத் துவங்கினார்.

மனோகர் எவ்வளவு வற்புறுத்தி அழைத்தாலும் அவர் இங்கு வருவதே இல்லை. இருவரையும் அடுத்தடுத்து தன் வாழ்வில் இருந்து தவறவிட்ட கதிரவன்,

திசையறியா கலம் போல திக்கு தெரியாது அலைமோதினான்.

இது அத்தனைக்கும் இவள்தான் காரணமென சம்பந்தமில்லாது அவளைக் காட்டியது அவன் அறிவு. எடுத்தெற்கெல்லாம் அவளைத் திட்டி தீர்த்து தன் ஆற்றாமையை ஆற்றிக் கொண்டான்.

இரும்பு இதயம் கொண்ட அவனே ரெண்டும் கெட்டான் மனநிலைக்குப் போக, இலவம்பஞ்சு இதயத்தாள் என்னாவாள்?... அஞ்சி நடுங்கி, அடுப்பங்கரைக்குள் வாழத் துவங்கினாள். இதில் அடுத்தொரு பிள்ளை வேறு அவள் கையில்.

பிள்ளைகளுக்காக வாழவேண்டும் என்று எல்லா பெண்களையும் போல அவள் மனமும் அவளின் எண்ணங்களை தன் வரையறைக்குள் கொண்டு வந்தது.

அவளின் இந்த வாழ்வையும் கலங்கடிக்க வைக்கத்தான், காலன் கொரோனோ என்றொரு கொடூரத்தை புவியினுக்கு அனுப்பி வைத்தான் போலும்.

கடந்த ஒரு வருடமாய் கதிரவனுக்கு வேலையில்லை....

கட்டுப்பாடு தளர்வுகள் கிடைத்தாலும், வீட்டிற்கு வெள்ளை அடிக்க வேண்டும் என்று எவர் நினைப்பார்? இதில் எடுபிடி வேலை செய்ய இவனோடு இருந்த அனைவரும், வேறு வேலை தேடி திசைக்கொன்றாய் பறந்துவிட்டனர்.

நவ நாகரீகத்தின் வளர்ச்சியால், திருமண வீட்டினர் இன்டர்நெட் மூலம் உலக-ளாவிய நிறுவனங்களில் ஆர்டர் கொடுக்க ஆரம்பித்துவிட்டனர்.

இறைவன் அனுகிரஹத்தால் இறந்தவர்களின் வீடுகளுக்கு பெயிண்ட் அடிக்க ஏதேசம் ஒரு வாய்ப்பு கிடைக்கும். அதை வைத்துத்தான் கதிரவன் பிழைப்பு நடத்-துகிறான். இந்த லட்சணத்தில் குடியும் அவனுள் குடியேறியது.

மாலைவரை தூங்கி எழுந்தவனுக்கு, இதுவரை இல்லாத பசி உணர்வு இப்-போது பேயாட்டம் ஆடியது. வெட்கம் விட்டு வாய்திறந்து கேட்க, தன்மானம் வேறு தடை போட்டது.

தலையைப் பற்றியபடி உட்கார்ந்திருந்தவன் முன், பாலையும் பிஸ்கெட் பாக்-கெட்டையும் வைத்தாள் பார்வதி.

"வெறும் வயித்தோட சோறு திங்க வேணாம், செமிக்காது, சேட்டை செய்-யும்... இத மொத சாப்பிடு, பத்து நிமிஷம் கழிச்சு சோறு போட்டு தாரேன்."

போன முறை போல் விசிறியிடிக்க விடாமல் வயிறு ரோதனை செய்ய, குனிந்த தலை நிமிராது பிஸ்கெட்டை காலி செய்தான். அடுத்தும் அவன் கேட்காமலேயே சாப்பாடு போட்டுக் கொடுத்தாள். கூடுதல் கவனிப்பாய் ஒரு அவித்த முட்டை-யையும் வைத்தாள்.

உணவு உணர்வை வெல்ல, உண்டு தீர்த்தான். பார்வதியோ பாயில் உருண்டு கொண்டிருந்த சின்னவனை தூக்கி பால் தந்து பசியாற்றினாள். பச்சைப் பிள்ளை, வயிறு நிறைந்ததும் அன்னையின் மடியோடு உறங்கிவிட்டது.

'டுர்.. டுர்..' என இங்குமங்கும் ஓடிக் கொண்டிருந்த பெரியவனிடம், "டேய், சத்தம் போடாத. தம்பிய பார்த்துக்க, நான் போய் துணிய குடுத்துட்டு வந்திடுறேன்" என்றவள் உறங்கும் பிள்ளையை தொட்டிலில் கிடத்தினாள்.

புத்தம்புது பச்சை வண்ண சுடிதாரை, நேர்த்தியாய் மடித்தெடுத்துக் கொண்டு விரைந்து வெளியேறினாள்.

பச்சை, அவளுக்கு மிக மிக பிடித்தவண்ணம்...

கைக்குட்டையில் பச்சை கலர் தேடி, அவள் கதிரவனை இழுத்தடித்த காதல் நாட்களுமுண்டு. அவள் ஆசையறிந்து பச்சை பட்டினை முதல் வருட திருமண பரிசாய் வாங்கி தந்திருந்தான் கதிரவனும். அதெல்லாம் கல்யாணமான புதிதில் நடந்த கூத்து.

பிறந்த வீட்டிலும் புகுந்த வீட்டிலும் பகட்டாய் வாழ்ந்த பெண், இன்று பழைய ஆடைகளோடு பிறருக்கு துணி தைத்து பிழைப்பு நடத்துகிறாள். பழைய நாட்க-ளில் ஏக்கம் கொள்ளும் அளவுக்கு கூட அவளுக்கு இப்பொழுது நேரமில்லை. இதோ, தைத்த ஆடையை உரிமையாளரிடம் ஒப்படைக்க புறப்புட்டுவிட்டாள்...

கதிரவன் கண்ணெல்லாம் அவள் விட்டுச்சென்ற தையல் எந்திரத்தின் மேல் நின்றது. அதை தூக்கி எறியச் சொல்லி அவன் சண்டையிட்ட இரவுகள் ஏராளம்.

'என் ஆசை எந்திரம்...' என்று போராடி அவள் காப்பாற்றி வைத்தது, இன்று அவர்கள் குடும்பத்தை காப்பாற்றுகிறது.

பால் பாக்கெட்டுடன் வீடு திரும்பியவள், "இஞ்சிடி போடட்டுங்களா?" என்றிட, உள்ளிருந்து பதிலே வரவில்லை.

"ஏங்க?..."

" ...."

பதிலேதும் வரவில்லை என்றதும் நிதானித்து யோசித்தவள், ஓடிப்போய் தன் தையல் எந்திரத்தை சோதனையிட்டாள். நூல்கண்டு பாபின் வைக்கும் டப்பாவி-னுள் அவள் ஒளித்து வைத்திருந்த முந்நூறு ரூபாய் தொலைந்து போயிருந்தது.

'ஐயோ... இதையும் திருடிட்டாரா? இனி அடித்த வார வீட்டு செலவுக்கு என்ன செய்வேன்? அரிசி வாங்க கூட பணம் இல்லையே...' என்று தலையில் கை வைத்தபடி தரையில் விழுந்தாள்.

"யம்மா பார்வதி..." என்றழைத்துக் கொண்டே வீட்டினுள் நுழைந்தார் ஆவுடை. அவளின் மாமியார்...

"யத்தே...." என்று அழுதபடியே அவர் மடியினுள் புதைந்தாள் பார்வதி.

"இந்தா, இந்த ரூவாய வச்சுக்க" என்று ஒரு பெரிய பண சுருளை அவள் கையில் தர,

"இவ்வளவு வேணாம் அத்தே, எரநூறு ரூபாய் போதும். இங்கிருந்தா மொத்-தமா தொலஞ்சு போயிடும், மிச்சத்த நீங்களே வச்சிருங்க" என்றாள்.

"இருக்கட்டும், இன்னிக்கி உனக்கு இது தேவைப்படும். பத்திரப்படுத்தி வை" என்றவர் அப்போதே புறப்பட எத்தனிக்க,

"இருந்து சாப்பிட்டு போங்க அத்தை" என்றாள் பார்வதி.

"ராத்திரி திரும்ப வருவேன், அப்ப சாப்பிடுதேன்" என்றிட, பார்வதிக்கு தலை-யும் புரியவில்லை வாலும் புரியவில்லை.

'ஒருவேளை தன் கணவனை தெருவில் எங்கேனும் பார்த்து சத்தம் போட்டு திட்டியிருப்பார். இதற்கெல்லாம் திருந்தும் ஜீவனா அது? வருவது வரட்டும்...' என்று தனக்குத் தானே ஒரு முடிவுக்கு வந்தவள், தன் மாமியார் தந்த பணச்சு-ருளை புருஷன் தொடாத இடத்தில் பத்திரப்படுத்தினாள்.

அடுத்த ஒரு மணி நேரத்தில், "யம்மா, கதிரவன் வீடா இது?" என்று வாசலில் ஒரு குரல்.

"ஆமாங்க..." என கத்திக் கொண்டே வெளியே ஓடிவந்த பார்வதி, "எங்க விழுந்து கிடக்காரு? ஆட்டோ கூப்பிடுறேன், கொஞ்சம் எங்கனு காட்டுங்க சார்" என்றாள் பலநாள் பழக்கப்பட்ட தொனியில்.

அவளை ஏற இறங்க பார்த்த அந்த நபர், "உன் புருஷன் விழுந்தது லாரிக்கு கீழம்மா, அரை மணி நேரமா ஆம்புலன்ஸ் வரல, ஆளு ஸ்பாட்லயே அவுட்டு... தர்மாஸ்பத்திரிக்கு அள்ளிட்டு போயிட்டாக. உனக்கு தகவல் சொல்லத்தேன் வந்-தேன், போய் பாரும்மா" என்று கூறிவிட்டு அங்கிருந்து அகல, சிலையாய் உறைந்து விட்டாள் பார்வதி.

அன்றிலிருந்து அடுத்த பதினாறு நாட்களும் அவளைச் சுற்றி என்ன நடந்தது என்றே அவளுக்கு தெரியாது. அந்த அளவிற்கு புத்தி பேதலித்திருந்தது... பதி-னேழாம் நாள் அவள் வீடு தேடி வந்த ஆவுடையை பிடிபிடியென பிடித்துக் கொண்டாள் பார்வதி.

"எனக்கு தெரியும், நீங்கதான் அவர என்னவோ செஞ்சுட்டிங்க. ஏன் என் வாழ்க்கைய பாழாக்கினீங்க?" என்று கதறியழ,

"நான் எதுவும் பண்ணல தாயி, அந்த நாய் அதுவாத்தான் குடிச்சுட்டு லாரியில போய் விழுந்தது. பத்தோட பதினொன்னா அந்த எடத்துல நானும் இருந்தேன், அம்புட்டுதேன்..."

"குடிச்சிருக்காருனு தெரிஞ்சா அவர நீங்க வீட்டுக்கு பத்திரமா கூட்டிட்டு வந்-திருக்கலாமே?"

"கூட்டிட்டு வந்து? உன் குடிய கெடுக்க சொல்லுதியா? அவன் விதி முடிஞ்சது போயிட்டான். நான் சொல்றத கேளு, உன் தாய்மாமன் சுந்தரம் இன்னும் உன் நினைப்போட கல்யாணம் கட்டிக்காம ஒண்டிக்கட்டயா கிடக்கிறான். பேசாம அவன கட்டிக்க" என்றதுதான் தாமதம்.

"சீ... வெளிய போங்க முதல்ல" என்றாள் வீராவேசமாய்.

"இங்க பார், நான் உனக்காக இப்படி பேசல. இந்த பிள்ளைகளைப் பாரு, எலும்பும் தோலுமா கெடக்கு. பல்லு போன கிழவி, என்னையே அவனவன் சீண்டி பாக்குறான். பளபளனு தோலிருக்குற உன்ன சும்மா விடுவானுங்களா? உன் மாமன உனக்கு துணையா வச்சுக்க, அம்புட்டுதே சொல்லுவேன்."

பார்வதி முழங்கால்களுக்கு நடுவில் முகத்தை புதைத்து அழுது கரைந்தாள்.

"யாருக்காக அழுற? உன் துட்ட திருடி தின்ன அவனுக்காகவா அழுற? அழு, நல்லா அழுது தீர்த்துடு••• அதுக்கு பெறகு நான் சொன்னத யோசி" என்றவர் சேலைத் தலைப்பை இழுத்து சொருகிக் கொண்டு புறப்பட்டுவிட்டார்.

அவர் வாசற்படி தாண்டியதும் கதவை அறைந்து சாத்தினாள் பார்வதி.

"அடிப்பாவி, உனக்கு கொஞ்சம் நல்ல புருஷன் வாச்சிருந்தா, இன்னும் என்-னென்ன செய்வியோ? நான் போயிட்டு வர்ற ஞாயித்துக்கு திரும்பி வாரேன், நல்ல முடிவா யோசிச்சு வையி" என்று நடையைக் கட்டினார்.

"அம்மா•••• பசிக்குதுமா" எனும் பிள்ளையின் சொல், அழுதபடியே கிடந்தவ-ளுக்கு காலத்தின் வேகத்தை எடுத்துச் சொன்னது.

"கடைக்கு போய் அரிசி காய்கறியெல்லாம் வாங்கிட்டு வருவோம், நீ தம்பிய தொட்டில் இருந்து எழுப்பு" என்றவள், தேகம் கூச மாமியார் தந்த பணத்தில் கொஞ்சத்தை கையில் எடுத்தாள்.

பசியெனும் அரக்கன், மானமெனும் தேவதையை சுட்டுத் தின்று பசியாறியது.

பிள்ளைகளோடு வீதியில் இறங்கியவள் முன்னால் ஒரு பைக் வந்து நின்றது. பார்வதியின் தாய்மாமன் சுந்தரம்தான் அது. கடந்த இரண்டு வாரமாய் அவன்தான் அந்த வீட்டின் அனைத்து வேலைகளையும் ஓடியாடி செய்து தந்தான்.

அப்போதெல்லாம் தலையெடுக்காத தன்மானம் இப்போது துளிர்விட, "வேணாம் மாமா, நானே வாங்கிக்குறேன்" என்றாள் பார்வதி.

"வேகாத வெயில்ல புள்ளைகளோட போகப்போறியா? இந்தா இத வாங்கிக்க, ராத்திரி வரமாட்டேன். நீயே வாங்கிக்க" என்று உணவுப் பொட்டலத்தை அவளி-டம் நீட்டினான்.

"இதற்குமேல் மல்லுக்கட்ட அவளின் மனதிலும் உடலிலும் தெம்பில்லை•••"

வீட்டை நோக்கி நடந்தாள். வீடு போய் பார்த்தால், அந்த பையில், உணவுடன் சேர்த்து பால் பாக்கெட், சீனி, இரண்டு பிஸ்கட், நான்கு வாழைப்பழம் இருந்தது.

இதில் எதையும் வாங்கித்தந்திராத அவள் கணவன், மாலையணிந்த புகைப்ப-டத்தோடு அவளைப் பார்த்து சிரித்தான்.

விழியோரம் வழிந்த நீரை துடைத்துவிட்டு பிள்ளைகளுக்கு சாப்பாடு ஊட்ட ஆரம்பித்தாள் பார்வதி. சாப்பிட்டு முடிக்கையில் கதவு தட்டும் சப்தம் கேட்டது. திறந்து பார்த்தால், ஒரு வாரத்திற்குத் தேவையான அளவு அரிசியும் காய்கறியும் போத்தீஸ் பையில் அங்கே உட்கார்ந்திருந்தது.

சற்று தூரத்தில் சுந்தரம் பைக்கில் போக, அவள் மனமும் அவன் பின்னால் போனது. இது அனைத்தையும் தெருவோர வேப்பமரத்து நிழலில் நின்று வேடிக்கை பார்த்துக் கொண்டிருந்த ஆவுடை, தன் குல தெய்வத்தை கும்பிட்டு விட்டு அங்-கிருந்து புறப்பட்டார்.

அவர் மனதில், "அம்மா... காப்பாத்து..." என்று கதிரவன் கைநீட்டி அழைத்-தபோது உருவான காயம் இப்போது வலிக்காத வடுவாய் காய்ந்துவிட்டது.

6

அநுபூதி ஆட்டம்

பொருள் - 'அறிந்தும் அடுத்தவருக்கு சொல்ல முடியாதது'

ஊரைவிட்டு ஒதுக்குப்புறமாய், ஓடும் வாய்க்காலுக்கு அருகில் உணர்ச்சியின்றி உட்கார்ந்திருந்தது ஒரு போலீஸ் ஸ்டேஷன்.

'டுபு••• டுபு•••' எனும் சத்தம் எழுப்பியபடி தன் புல்லட் பைக்கில் வந்து இறங்-கினான் இன்ஸ்பெக்டர் நேத்ரன்.

அவன் வண்டி சத்தம் கேட்ட அடுத்த கணமே, காவல்துறை கட்டிடம் அட்-டென்ஷன் பொசிஷனுக்கு போயிருந்தது.

கட்டம் போட்ட கர்சீப்பால் தன் கழுத்துப் பகுதிகளை துடைத்துக் கொண்டே உள்ளே வந்த நேத்ரன், கவனமாய் வேலை செய்து கொண்டிருந்தவர்களைப் பார்த்து, "ஏன்யா ஏட்டு, எத்தனை தடவை சொல்லியிருக்கேன்? வாசல்ல இருக்-குற செடிக்கு தினமும் தண்ணி ஊத்தனும்னு. ஒருநாளாவது சொன்னத உருப்ப-டியா செய்றியா?•••

நீ என்னயா? தினமும் காலையிலிருந்து ராத்திரி வரை சும்மா உட்கார்ந்து நல்லா பெஞ்ச தேய்ச்சுட்டு போற? ஒரு கேஸ் லேயும் இம்ப்ரூவ்மென்ட் காணோம். பேர் மட்டுந்தான் வெற்றிவேலு, செய்யிறது எல்லாத்துலயும் தோல்வி வேலு•••

அடடே சார் நீங்களா? உங்களை நான் பார்க்கிறதே ரொம்ப அபூர்வமாயிடுச்சு. எப்ப பாரு ஊரு சுத்திட்டே இருக்கியே, உனக்கு அலுத்துப் போகவே இல்லையா? அப்படி எங்கதான்யா போவ நீ?" என்று கண்ணில்படும் அனைவரையும் கண்டபடி திட்டி தீர்த்தான்.

அவன் இயல்பிலேயே கோபக்காரன், சிறு பிழைகளையும் பொறுக்க மாட்டான் என்பது உடன் பணியாற்றும் மற்ற காவலர்கள் அனைவரும் அறிந்த ஒன்று.

ஆதலால் எப்போதும் போல் இப்போதும் தலை ஆட்டியபடி தப்பிப் போக முயல அதற்கும் திட்டுதான் கிடைத்தது.

அவனுக்கு பயந்துதான் வேலை இல்லா விட்டாலும் சுறுசுறுப்பாய் இருப்பது போல் நடிக்கவாவது செய்திடுவார்கள். ஆனால் இன்று, நடப்பதே வேறு…

அனைவரும் அவரவர் வேலையைப் பார்த்துக் கொண்டிருக்க, நேத்ரனோ காரணமின்றி கத்திக் கொண்டிருந்தான்.

கடைசியாய், "உங்கள திட்டி திட்டியே எனக்கு தின்னதெல்லாம் செமிச்சுடுது. போய் ஒரு காபியும் வடையும் வாங்கிட்டுவாங்க" என்று கூறி விட்டு தன் அறைக்-குள் புகுந்து கொண்டான் நேத்திரன்.

அதுவரை அடிவயிற்றில் அடக்கி வைத்திருந்த மூச்சுக்காற்றை, அனைவரும் ஒரே சுதியில் வெளியேற்றினார்கள்.

ஏட்டு, "யோவ், நகை காணும்னு வந்தது நீதான்? வேகமா போய் சாருக்கு காபியும் வடையும் வாங்கிட்டு வா" என்று விரட்ட, விழிகளை பிதுக்கிக் கொண்டு உட்கார்ந்திருந்த ஒரு வயதான நபர் விரைந்து ஓடினார்.

"வெற்றிவேல், என் செல்போன் சார்ஜர் எங்க போட்ட?" என்று அறைக்குள்-ளிருந்து குரல் வர,

"டேபிள் டிராயரிலதான் சார் இருக்கு" என பதில் சொல்லிக் கொண்டே உள்ளே ஓடினான் அவன்.

"ஏன்யா, தினம் ஒரு இடத்தில சார்ஜரை ஒளிச்சு வைப்பியா?" என்று எரிச்-சலோடு திட்டினான் நேத்ரன்.

'டேபிள்ல இருக்கிறது மூணு ட்ராயர், இதுல மேல இருக்கிற ரெண்டுல ஏதா-வது ஒன்னுல தான் சார்ஜர் இருக்கப் போகுது. அதைப் பார்க்க முடியலையா இவனுக்கு?' என்று மனதிற்குள்ளேயே திட்டிக் கொண்டான் அந்த அப்பாவி.

நேத்ரன், "இன்னும் ஏன் என் மூஞ்சிய பார்த்துட்டு இருக்க? போய் வேலைய கவனி" என்று திட்டியதும், சுடு தண்ணீரை காலில் ஊற்றியது போல் வெளியே ஓடிவிட்டான்.

அருகில் ஆட்கள் யாரும் இல்லை என்றானதும் அவசர அவசரமாக ஒரு நம்பருக்கு அழைப்பு விடுத்தான்.

"என்னயா? நான் கேட்ட பணம் ரெடியா இருக்குதா?"

"இருக்கு சார்…" என்று பய்யமாய் பதில் சொன்னது எதிர்முனை.

"அப்புறமென்ன? கொண்டு வந்து கொடுக்க வேண்டியதுதானே? வெத்தலை பாக்கு வெச்சு அழைக்கணும்னு உட்கார்ந்திருக்கயா?"

"இதோ பாதி தூரம் வந்துட்டேன் சார், இன்னும் பத்து நிமிஷம் தான்."

"சரி சரி… வந்து சேரு" என்றவன், சட்டை பட்டன்களை கழற்றிவிட்டு அக்-கடாவென சாய்ந்தமர்ந்தான்.

சொன்னதை போலவே பத்து நிமிடத்தில் வந்தான் போன் பேசிய உத்தமன்.

"இந்தாங்க சார் நீங்க கேட்டபணம்" என்று ஒரு பேப்பர் பொட்டலத்தை அவன் முன்னால் வைக்க, நேத்ரனின் கண்களிரண்டும் கரென்சியில் காதல் கொண்டது.

வாயெல்லாம் பல்லாக, "குடுயா, குடுயா..." என வாங்கிக்கொண்டான் நேத்ரன்.

ஒன்று, இரண்டு, மூன்று என அவன் எண்ணிக்கை உயர, "யு ஆர் அண்டர் அரஸ்ட்" என்று சொல்லிக்கொண்டே உள்ளே வந்தனர் பத்து பேர்.

"வச்சான் பாருங்க ஆப்பு..." என்று வெளியில் ஏதோ ஒரு காவலர் உற்சா-கமாய் கத்துவது இங்கு வரை கேட்டது.

எச்சில் கூட்டி விழுங்கிய நேத்ரன், "சார் இது வந்து..." என்று திக்கித் திணற,

"எல்லாமே எங்களுக்கு தெரியும் நேத்ரன். சொல்லப்போனா இவருட்ட நீங்க பணம் கேட்டதில இருந்து, இப்ப வரை இவர் பேசின எல்லாமே முழுக்க முழுக்க எங்களோட பிளான்" என்றனர்.

அவர்களோடு வந்த இரண்டு ஊடகத்துறையினர், அங்கு நடக்கும் சம்பவம்-தானை அணு அணுவாய் தங்கள் கேமராவில் பதிவாக்கம் செய்துகொண்டிருந்-தனர்.

'இனி தப்பிக்க முடியாது' என்று புரிந்து கொண்ட நேத்ரன், தலையைத் தொங்-கப் போட்டுக் கொண்டு எழுந்து நின்றான்.

"போலீஸ்காரனுக்கு விலங்கு போட்டு கூட்டிட்டு போக முடியாது, நீங்களாவே வெளியில இருக்கிற ஜீப்பில் ஏறி உட்காருங்க" என்றார் முன் வரிசையில் இருந்த காவலர்.

ஆமோதிப்பது போல தலையாட்டி விட்டு நடந்த நேத்ரன், வாசல்படியைத் தாண்டும் முன் விருட்டென திரும்பிப் போய் டேபிள் டிராயர் பூட்டி இருக்கிறதா என்று பார்த்தான்.

"சார், அங்க என்ன வச்சிருக்கீங்க?"

"ஒண்ணுமில்ல சார்..."

"அதை நாங்க பார்த்துக்கிறோம், சாவியை குடுங்க."

"ஒன்னும் இல்ல சார், என் சார்ஜர எடுக்க வந்தேன்."

"இருக்கட்டும் நீங்க முதல்ல சாவியை குடுங்க" என்று வலுக்கட்டாயமாய் அவனிடமிருந்து சாவியைப் பிடுங்கிய கும்பல், கணப்பொழுதும் வீணாக்காமல் விரைந்து சோதனையிட்டது.

அதனுள் அவர்கள் எதிர்பார்த்தது போல எந்த ஒரு பிரம்மாண்டமும் இருக்க-வில்லை. மாறாக ஒரு சிடி இருந்தது...

அதை சோதனை செய்பவர் கையில் எடுத்த அடுத்த கணம், படக்கென அதை எட்டிப் பறித்த நேத்ரன் உடைக்க முற்பட்டான். உடனே அத்தனை பேரும்

அவனை அழுக்கிப் பிடித்து, அந்த சிடியை அவன் வசமிருந்து பறிமுதல் செய்-
தனர்.

"வேணாம் சார்... வேணாம், அதை பார்க்காதீங்க" என இவன் கத்திக் கதற,
அடுத்த நொடியே அந்த சிடி கம்ப்யூட்டரினுள் திணிக்கப்பட்டது.

மங்களகரமாக மஞ்சள் பெயிண்ட் அடிக்க பட்டிருந்த ஒரு படுக்கை அறை-
யில், தமிழகத்தின் முன்னணி அரசியல்வாதியின் மகன் ஆதிசேஷன், தன் நண்-
பர்கள் சகிதம் இரண்டு இளம் பெண்களை சித்திரவதை செய்து கற்பழிக்கும்
வீடியோ ஒலிபரப்பானது.

அதைப் பார்த்தவர்களில் சிலர், "சீ..." என்று நேரடியாக வெறுப்பைக் காட்-
டிய படி முகத்தை திருப்பிக் கொண்டனர்.

இன்னும் சிலரோ, அரக்க குணம் கொண்ட அந்த ஆணின் மேல் எச்சி உமிழ
வசதியாய் தன் நாவினை ஏற்பாடு செய்தனர். உடல் கூசும் அக்கணத்திலும், தன்-
னிலை பிறழாத இருவர் விரைந்து அந்த வீடியோவை நிறுத்திவைத்தனர்.

ஏற்கனவே இந்த நடந்த சம்பவங்கள் அனைத்தும் ஊடகத் துறையினர் உதவி-
யால் பதிவேற்றமாகியிருந்தது.

'ஆதாரங்கள் அத்தனையும் ஆணித்தரமாய் அமைந்துவிட்டதால், இனி நேத்-
ரனும், அந்த அரசியல்வாதியின் மகனும் சட்டத்தின் பிடியில் இருந்து தப்ப முடி-
யாது!' எனும் செய்தி காவல் துறையினரிடமிருந்து கசிந்து, காட்டுத்தீ போல
பொதுமக்களிடம் பரவ ஆரம்பித்தது.

அடுத்த ஆறு மாதத்தில் எலக்சன் நடக்க இருப்பதால், சம்பந்தப்பட்ட அரசி-
யல்வாதி எவ்வளவு முயன்றும், தன் மகனை வழக்கில் இருந்து மீட்டெடுக்க முடி-
யவில்லை. இதுவே சாதாரண நேரமாக இருந்திருந்தால், தமிழ்நாட்டையே தலை-
கீழாய் புரட்டிப் போட்டு தன் மகனை மீட்டிருப்பார் அவர்...

இன்று ஆயுள்தண்டனை பெற்றான் அவர் மகன். அவனுக்கு உதவிய நேத்-
ரனுக்கு ஐந்தாண்டுகள் சிறை தண்டனையும், பணி நீக்கமும் பரிசாய் கிடைத்தது.

தன்னை நம்பி வந்த இரண்டு பெண்களுக்கும், தன்னால் இன்று நியாயம்
கிடைத்துவிட்ட சந்தோஷத்தோடு, சிறையின் ஆனந்த சயனம் கொண்டான் நேத்-
ரன்.

7

அந்தாசி அணங்கு

பொருள் - 'விஷமில்லாத பாம்பு'

அழுக்கு படிந்த சட்டை, அரைக்கால் டிரவுசர், எண்ணைக்கும் படியாத தலை.. இந்த உருவத்திற்கு சொந்தக்காரன் திருஞானம். தினக்கூலிக்கு செல்வம் அவனுக்கு, எடுபிடி வேலைகள் செய்வதில் எல்லா சாமர்த்தியமும் உண்டு.

எத்தனை நாளைக்கு நான் உழைத்தே தேய்வது? என்று உடல் அலுத்துக் கொள்ள, அவன மனமும் கொஞ்சம் கொஞ்சமாய் இச்சைகளின் பால் சாய துவங்கியது. ஒரே வேலை ஓகோனு வாழ்க்கை.. என்று தனக்கென வரம் தரும் ஒரு ஜீனியைத் தேடினான்.

அதன்பலனாய் அவனிடம் சிக்கியது அப்பார்ட்மெண்ட் வேலைக்கு செல்லும் சரசு. நாற்பது வயதைக் கடந்து விட்ட சரசுவுக்கு, மகளின் திருமணத்தை சீரும் சிறப்புமாக நடத்த சிறிது பணம் தேவை. குடிகார கணவனின் தயவால் இதுவரை குண்டுமணி தங்கம் கூட சேர்க்க முடியவில்லை அவளால்..

பத்து வீடுகள் கொண்ட ஒரு அப்பார்ட்மெண்டிற்கு, திருஞானம் ஒரு முறை பிளம்பர் வேலைக்காக வருகையில் தற்செயலாக சரசுவைப் பார்த்தான். நாலு காசு சேர்க்க அவள் படும் பாடு, ஒரே தெருவில் வசிக்கும் அவனுக்கு தெரியாததா என்ன?

தான் தேடிய ஜீனி இவள்தான்... என்று உணர்ந்து கொண்டு, விதவிதமாய் திட்டம் தீட்டத் துவங்கியது அவன் மனம்.

"இதெல்லாம் சரிப்பட்டு வருமாய்யா? மாட்டிக்கிட்டா மானம் போயிடும்.. சாவுரத தவிர வேற வழியில்ல.." என்று மூச்சுக்கு முன்னூறு முறை புலம்பிக் கொண்டே இருந்தாள் சரசு.

"காரியம் முடிஞ்சதும் உன் பங்கு பணத்தை தரவேண்டியது என் பொறுப்பு.." என்று அவள் தலையில் அடித்து சத்தியம் செய்தான் திருஞானம்.

ஒரு மாத இடைவெளிக்குப் பிறகு, சரசு ஒரு காகிதத்தை அவனிடம் நீட்டி னாள். அவள் அறிந்திடாத தன் கூட்டாளிகள் இருவருக்கும் அதைக் காட்டுவ தற்காக விரைந்து பறந்தான் அவன்.

படுவேகமாக பைக்கை முறுக்கிய திருஞானம், ஊரின் கடைசியில் யாருமில்லா இடத்தில் நிறுத்தி...பனியனுக்குள் போட்டிருந்த அவள் தந்த லட்டரை பிரித்தான். உள்ளே...

அப்பார்ட்மெண்ட் மக்கள் இன்பச் சுற்றுலா செல்லும் தினம், சுற்றுலாவுக்கு வராத நபர்களின் வீட்டு எண், ஒவ்வொரு வீட்டின் வரைபடம், அதில் ஒளிந்து கிடக்கும் ஆபரணங்களின் இருப்பிடம் என்று அத்தனையும் தெள்ளத் தெளிவாய் விளக்கி எழுதப்பட்டிருந்தது. மூன்று பேருக்கும் வாயெல்லாம் பல்...

அற்புதமாய் பிளான் போட்டு, தான் செய்யப் போகும் திருட்டுக்கு அழகாய் ஒரு நேரம் குறித்தான் திருஞானம். அவனது முழு திட்டமும் தெரியாத சரசு அத்தனையும் சரி பார்த்துவிட்டு சம்மதம் சொன்னாள்..

உச்சிப் பொழுதில், தன் கூட்டாளிகள் சகிதம், கத்தியும் கையுமாய் கதவைத் தட்டினான் அவன். உள்ளிருந்து கதவைத் திறந்தது அந்த பகுதியின் காவல் துறை அதிகாரி ரத்தினவேல்.. சில வினாடிகளில் அவர்கள் மூவரையும் சுற்றி வளைத் தனர் அப்பார்ட்மெண்ட் வாழ் மக்களும், ஐந்தாறு காவலர்களும்.

தகவல் தந்தவள் எனும் பொருட்டு, வீட்டுக்கு இரண்டாயிரம் என்று இரு பதாயிரம் சன்மானத்தை கைப்பிடியில் ஒளித்து வைத்திருந்தாள், அதே வீட்டின் மூலையில் நின்றிருந்த சரசு..

காவலர்கள் அவனை அடித்து இழுத்துச் செல்கையில், "சரசு, நீ மட்டும் அந்த பாவிங்க பேசுனத ஒட்டுக்கேக்காம போயிருந்தா, எங்க நிலமை என்னாகியிருக் குமோ. இனி உன் சம்பளத்துல ஐநூறு ரூபா ஜாஸ்தியா கொடுக்குறோம்.." என்று அபார்ட்மெண்ட் வாசிகள் பேசும் குரல், காற்றோடு கசிந்து திருஞானம் செவியிலும் விழுந்தது..

8

அறியா அபகம்

பொருள் - 'அறியா மரணம்'

பரந்தவெளி, பசுமை, பனிச்சாரல் அத்தனையும் போட்டி போட்டுக் கொண்டி-ருந்தது அந்த பயணப் பாதையில்.

தேகம் விட்டு தாவியோடச் சொல்லிடும் படி, தூண்டில் போட்டு கட்டி இழுத்-தது கண்ணில் விழும் காட்சிகள் அத்தனையும்.

மனிதப் பிறவியின் சாபமும் வரமும் வாழ்க்கைதானோ?!.. எனும் சித்தாந்த வேதாந்த கொள்கைகளை புரட்டி பார்த்தது சதீஷின் மனம்.

தென் தமிழகத்தின் தேனோடும் ஆற்று பகுதிகளில் பிறந்து வளர்ந்த அவனை, வந்தோரை வசியம் செய்யும் சென்னை மாநகர் தனக்குள் இழுத்து இன்றோடு இரண்டு வருடமாகிறது.

பொறுப்பான பிள்ளையாய் பெற்றோர்களின் கடன் அடைத்து, ஒற்றை தங்கை-யையும் உயர்ந்ததொரு இடத்தில் திருமணம் செய்து வைத்துவிட்டான் சதீஷ்.

இனி எந்தக் கவலையும் இல்லை என்றானதும், தனக்கென ஆசைகளை நிறைவேற்றும் பொருட்டு ஆறுமாதம் முன்னால் தான் இந்த இரு சக்கர வாகனத்தை வாங்கினான்.

சதீஷின் நெடுநாள் கனவுகளில் ஒன்று நீண்ட தூர பயணம்..

அவன் ஆசைக்கு தீனி போடும் படி, முன்னால் வந்து நின்றது தங்கையின் தலை தீபாவளி அழைப்பு. விர்ரென்று பைக்கை முறுக்கியபடி புறப்பட்டாயிற்று..

விநாடிப் பொழுதையும் வீணாக்காமல், விருப்பப்படி பயணித்தான். வீடு வந்து சேர்கையில், வெள்ளை நிற வானின் முன் பாதி இருள் வண்ணத்தால் ஒளி இழக்-கத் துவங்கி விட்டது.

கையும் முதுகும் கடுமையாய் வலிக்க, ஆசுவாசமாய் வந்தமர்ந்தவனை, ஆங்-காங்கே உலவிக் கொண்டிருந்த அவன் குடும்பத்தினர் எவரும் கண்டு கொள்ள-

வில்லை.

நடுவீட்டில் கால் நீட்டி சாய்ந்தமர்ந்த சதீஷ், "அம்மா காபி போடும்மா" என்-
றான்.

பதில் வரவில்லை..

"அம்மா.." என்று இன்னொரு முறையும் அழைத்து பார்த்தான், அவனின்
அம்மா அவன் உட்கார்ந்திருக்கும் திசை பக்கம் கூட திரும்பவில்லை.

'என்னாச்சு இந்த அம்மாவுக்கு?..' என்று குழம்பியபடியே திரும்பிப் பார்த்தான்,
அங்கிருந்த நிலைக் கண்ணாடி முந்திக் கொண்டு முன்னால் தெரிந்தது..

காலையில் போட்ட சிவப்புசட்டை சாயந்திரம் கறுப்பாய் மாறிய மர்மம் புரியா-
மல் திகைத்து நின்றான் சதீஷ்.

அப்போதுதான் அவன் வீட்டிற்கு ஒரு அழைப்பு வந்தது..

"எம்மா, சதீஷ்ன்றது.." என்று யாரோ கேள்வி கேட்க ஆரம்பிக்க,

"என் பையன்தான்.." என்று பதிலோடு முடித்து வைத்தார் அவனின் அம்மா.

"நான் திருச்சி இன்ஸ்பெக்டர், சதீஷ்க்கு இன்னைக்கு மதியம் ஆக்சிடென்ட்
ஆயிடுச்சு, பையன் ஸ்பாட் அவுட். டெட் பாடிய கவர்மெண்ட் ஹாஸ்பிடலுக்கு
அனுப்பிட்டோம், ஹாஸ்பிடல் அட்ரஸ் சொல்லுறேன் எழுதிக்கோங்க.." என்றிட,
அப்படியே மயங்கிச் சரிந்தார் சதீஷின் அம்மா..

அத்தனையையும் கேட்டுவிட்ட சதீஷ், சரியும் அம்மாவைத் தாங்கிப் பிடிக்க
முடியாமல் புகையாகிக் கரைந்தான்.

என் இதர படைப்புகள்

புத்தகமாக பதிப்பானவை:-
மாந்த்ரீகன் (1&2)
கண் கவர் கள்வனே
காமுறக் காதல் கொண்டேன்
ஈங்கிசைக்கும் காதலே
நிழலன்
வழித்துணையாய் வாராயோ
உயிர்க்கடிகை
நனவிலி வினை
விழியோடு விளையாடு
ஆடுகளம்
    மாதநாவலாய் பதிப்பானவை:-
கவியழகே கண்மணி
அசுரக்காதலன்
நேசமுரடன்
காதல் குமிழ்
வாராயோ வெண்ணிலாவே
பிறை நுதல் பேரழகே
    இணைய நூல்கள்:-
காதலில் கரைந்திட வா
காதல்காரா காத்திருக்கேன்
நான் உன் அருகினிலே
நேற்று இன்று நாளை
மரகதவீணை
    குறு நாவல்கள்:-
நிலவின் கனவு
நானே நீயாய் வருவேன்
அடலை யாத்திரை
மாயவனின் மயில் தூரிகை
இறைவ இறைவி

    இவை தவிர, 'Rhea Moorthy Novels' யூடியூப் சேனலிலும் ஆடியோவாக கேட்டு ரசிக்கலாம்.

Little Comedies

Anton Chekhov

Adapted by
Richard Nelson

from translations by
Richard Nelson,
Richard Pevear, &
Larissa Volokhonsky

BROADWAY PLAY PUBLISHING INC
New York
www.broadwayplaypublishing.com
info@broadwayplaypublishing.com

First Acting Edition: November 2023
I S B N: 979-8-88856-001-3

Book design: Marie Donovan
Page make-up: Adobe InDesign
Typeface: Palatino